ஜான் கீட்ஸ் ஆதவனைச் சந்தித்ததில்லை

தபசி

வேரல்
புக்ஸ்

வேரல் புக்ஸ்

வேரல் புக்ஸ் வெளியீட்டு எண்: 73

ஜான் கீட்ஸ் ஆதவனைச் சந்தித்ததில்லை * தபசி© * கவிதைகள் *
முதல் பதிப்பு: அக்டோபர் 2023 * பக்கங்கள்: 212 *
வேரல் புக்ஸ் * 6, இரண்டாவது தளம், காவேரி தெரு, சாலிகிராமம், சென்னை - 600093 *
மின்னஞ்சல்: veralbooks2021@gmail.com * தொலைபேசி: 9578764322 *
அட்டைவடிவமைப்பு: லார்க் பாஸ்கரன் * லேஅவுட்: சந்தோஷ் கொளஞ்சி

John Keats Aadhavanai Santhiththathillai * Thabasi© * Poems *
First Edition: October 2023 * Pages: 212 *
Veral Books * No: 6, 2nd Floor, Kaveri Street, Saligramam, Chennai - 600093 *
Email ID: veralbooks2021@gmail.com * Phone: 9578764322 *
Wrapper Designed by: Lark Bhaskaran * Layout Designed by: Santhosh kolanji

Rs. 250

ISBN: 978-81-964126-8-5

மாற்று வழி இல்லை

இது என் பன்னிரண்டாவது கவிதைத் தொகுப்பு. இந்த ஆண்டு பிப்ரவரியில்தான் இரண்டு தொகுப்புகளாக 'ஜடாயு வதம்' மற்றும் 'இரண்டு சிக்ஸர்களின் கதை' மொத்தம் 168 கவிதைகளை உள்ளடக்கி வந்தன. இந்த ஒரு தொகுப்பில் மட்டும் 168 கவிதைகள் உள்ளன. இதே எண்ணிக்கையிலான கவிதைகள் மற்றொரு தொகுப்பான 'எல்லோரும் ஜடேஜாவாக மாறுங்கள்' இதனுடனே இரட்டைத் தொகுப்பாக வெளியாகிறது. இந்த 5 மாத கால அவகாசத்தில் தொடர்ச்சியாகக் கவிதை எழுத முடிந்திருக்கிறது என்னால். முந்தைய தொகுப்புகளை வெளியிட்டபோது உற்சாகமிருந்தது. மிகுந்த எதிர்பார்ப்பும் இருந்தது. இப்போது உற்சாகம் மட்டுமே உள்ளது; பெரிய எதிர்பார்ப்பு எதுவுமில்லை. நவீன கவிதைக்கு என்னால் முடிந்த பங்களிப்பைச் செய்தேன் என்ற மன நிறைவு எப்போதுமே உண்டெனக்கு. நவீன கவிதை சார்ந்த என் புரிதல்களை 'மரபு என்பது நான்... நவீனத்துவம் என்பது என்னிலிருந்து' என்ற கட்டுரை தொகுப்பாக விரைவில் வெளியிடத் திட்டமிட்டுள்ளேன். நவீன கவிதையின் பால் ரசனையும் அக்கறையும் உள்ள அனைவருக்கும் பயனுள்ளதாக இது அமையும்.

இந்தத் தொகுப்பிலுள்ள கவிதைகள் குறித்துப் பேச வேண்டாம் என்றே எண்ணுகிறேன். தமிழ் இலக்கியச் சூழலில் கவிதை எழுதி வெளியிடுவதைப் போல் சோர்வடையச் செய்யும் விஷயம் எதுவுமில்லை. இங்கே கவிதையைக் கொண்டாடுபவர்கள் வெகு குறைவு. 1994 ஆம் ஆண்டு என் முதல் தொகுப்பை வெளியிட எவ்வளவு சிரமம் இருந்ததோ அதேயளவு சிரமம் இன்றும் தொடர்கிறது. ஒருவேளை அதற்குக் காரணம் நானாகவும் இருக்கலாம். என் தொடர்பு எல்லையை விரிவுபடுத்த முடியாத என் அசிரத்தையாக இருக்கலாம். ஏதோ ஒரு மூலையில் யாரோ ஒரு தரமான வாசகன் என் கவிதைகளோடு நெருங்கி உரையாட முடிகிறது என்பதில் உவகைதானெனக்கு.

மொழி என்பதே நீதிதான். அந்த நீதியை நான் சரியாகக் கையாண்டிருக்கிறேன் என்பதே எனக்கான ஆறுதல். நவீன கவிதை நமக்களித்திருக்கும் சுதந்திரம் அளப்பரியது. நவீன வாழ்வின் சகல கூறுகளையும் படம் பிடிக்கும் ஆற்றல் பெற்றது நவீன கவிதை. மொழி, எந்த அளவு மரபுசார் இலக்கியப் புரிதலை ஒருவருக்குப் பரிசாக அளித்துள்ளதோ அதே அளவு இலக்கியப் புரிதலை instant ஆகவும் அளிக்கவல்லது. இந்த fluidity தான் வசீகரத்தை உண்டாக்குகிறது. அதனால்தான் சொல்கிறேன்—எந்தவித முன்னேற்பாட்டுடனும் ஒருவர் கவிதையை அணுக முடியாதென்று. நவீன கவிதையின் இந்த fluidity அதன் பலமும்கூட. மொழியின் creative process மற்ற வடிவங்களைக் காட்டிலும் நவீன கவிதை வாயிலாக அதிகம் சாத்தியமாக வாய்ப்பிருக்கிறது. உண்மையில் மொழியை முன்னெடுத்துச் செல்வதே கவிதைதான்.

கணையாழி, தினமணிகதிர், கல்கி எனப் பல பத்திரிகைகளில் வெளிவந்த என்கதைகள் 15 இருப்பினும் அவற்றை தொகுக்காகமலே விட்டுவிட்டேன். காரணம், கவிதைக்குள் வந்துவிட்ட பிறகு மற்ற வடிவங்கள் superfluous ஆகத் தெரிகிறது. நவீன கவிதையின் வடிவத்தைக் கைப்பற்றி விட்டவர்கள் அதைவிட்டு வெளியேறுவதென்பது துரதிஷ்டமே. நவீன கவிதை குறித்த புரிதல்கள் இன்னும் ஆழமாகப் பரவலாகச் சென்றடைய வேண்டும் என்பதே என் விருப்பம்.

நாம் ஒத்த ரசனையுள்ளவராக மாறவேண்டும், அப்படி மாறுவதற்கான வாய்ப்பை இன்றைய நவீன கவிதை உருவாக்கியுள்ளது என்பேன். 'இல்லை அது சாத்தியமில்லை' என நீங்கள் மறுக்கலாம். அப்படியெனில் உங்களை நான் வற்புறுத்த முடியாது. என் எல்லைகளை நான் விரிவுபடுத்திக்கொள்ள வேண்டியதுதான். மாற்று வழி எதுவுமில்லை.

இத்தொகுப்பைச் சீரிய முறையில் பதிப்பிக்கும் வேரல் பதிப்பத்தாருக்கு என் நன்றி

அன்புடன்
தபசி

பொருளடக்கம்

1. எண்ணிக்கை பிரச்சனையில்லை // 13
2. நான் அவனில்லை // 14
3. கட்டித்தான் ஆக வேண்டும் // 15
4. இளமையின் ரகசியம் // 16
5. நேற்று இன்று நாளை // 17
6. எல்லையில்லை... // 18
7. வேறு யாரும் தேவையில்லை // 19
8. பொறுப்பது உம் கடன்... // 20
9. பசுவுக்கு அதைத்தவிர வேறென்ன தெரியும்? // 21
10. அவர்களால் முடிந்தது // 22
11. உபகாரம் // 23
12. யாருக்கு விருப்பம்? // 24
13. மாற்று வழி உண்டா? // 25
14. நண்பர்களின் கனிவான கவனத்திற்கு // 26
15. போர்வாளாம் போர்வாள்... // 27
16. இருவரும் ஒன்றுதான் // 28
17. நாய்கள் ஏன் சிலரை மட்டும் துரத்துகின்றன? // 29
18. புள்ளி விபரம் உள்ளதா? // 30
19. Reach ஆவதென்பது... // 31
20. நாமென்ன செய்ய முடியும்? // 32
21. தெரிந்தவர்கள் சொல்லுங்கள் // 33

22. வேறு வேறு வேலைகளுக்குத் தயாராகும் உலகம் // 34
23. நானும் சொல்லட்டுமா? // 35
24. வேறு யாருக்கும் அனுமதியில்லை // 37
25. 'நீட்'டான விளக்கம் // 38
26. இரண்டு சந்தேகங்கள் // 39
27. அடித்து ஆடும் பெண் // 40
28. ராஜாவுக்கு body guard அவசியம் // 41
29. நான் மனிதன்தான்... // 42
30. இது சரிப்படாது... // 43
31. வெயிலல்ல இது... // 44
32. காரணம்... // 45
33. வாருங்கள் தோழர்களே... // 46
34. நல்ல பேரை வாங்க வேண்டும் பிள்ளைகளே... // 47
35. Enemy கள் இல்லாத உலகம் // 48
36. இது நல்ல டெக்னிக் // 50
37. இன்றைய நம் நிலை இதுதான் // 51
38. ஒரு செர்பிய வீரனின் கதை // 52
39. ஒருவரும் இல்லையென்று சொல்லிவிட முடியாது // 53
40. விடுவதும் தொடுவதும் // 54
41. முதல் பந்து வீசப்படும் முன்பே தோற்று விட்டவர்கள்... // 55
42. யார் தோற்றது? // 56
43. அவனைக் கண்டுபிடி... // 57
44. இவ்வளவுதானா உங்கள் உலகம்? // 58
45. மேடையைக் கைப்பற்றுபவர்கள் // 59
46. நலம் நலமறிய ஆவல் // 60
47. நன்றி மறந்தவர்கள் // 61

48. இதுதான் நடக்கிறது // 62
49. நடராஜனை நிறுத்துவது கடினம் // 63
50. நெருங்கிச் செல்பவர்கள் // 64
51. பெயரளவு மனிதன் // 65
52. அடியுரம் // 66
53. மனிதர்கள் நிறைய சொல்லிக் கொடுத்துவிட்டார்கள் // 67
54. வழியனுப்புதல் // 68
55. குட்டி குட்டி வரங்களுடன் சாம்ராஜ்யங்களைக் கைப்பற்றுபவர்கள்... // 69
56. தேவனிடம் ஒரு அப்பாயிண்ட்மெண்ட்... // 70
57. அவரவர் ராசிப்படி... // 71
58. போக்கு காட்டும் சேவல்கள் // 72
59. புலிக்குப் பசிக்காதா என்ன? // 73
60. என்னால் முடிந்தது // 74
61. இது போதுமா? // 75
62. இப்படி எழுதாமல் பின் எப்படி எழுதுவதாம்? // 76
63. இது ஆங்கில வகுப்பல்ல... // 77
64. இதை விட வேறென்ன வேண்டும்? // 78
65. பிழை பொருத்தருள்வீர் // 79
66. எல்லாம் நம்ப பசங்கதான் // 80
67. இப்போதும் நாங்கள் நல்ல நண்பர்கள்தாம்... // 81
68. ஞானியர் கூற்று // 82
69. என்னென்ன சொல்றான் பாருங்க... // 83
70. சைக்கிள் கேப்பில்... // 84
71. படிக்காத வரை பிரச்சனையில்லை // 85
72. வீழ்ச்சி // 86

73. அதையும் பார்ப்போம்... // 87
74. கடன் தொகை கணக்கு... // 88
75. காப்பு // 89
76. யார் அனுபவித்தால் என்ன? // 90
77. அந்தப் பக்கம் சென்றுவிட்டவன் // 91
78. ஓர் அரிய வாய்ப்பு // 92
79. ஒரு கவிஞனின் டைரிக் குறிப்பிலிருந்து... // 93
80. இதையெல்லாம் எப்படிச் சொல்லி புரிய வைப்பது உங்களுக்கு? // 94
81. வேறு மாதிரி முயற்சி செய்யாதீர்கள் // 95
82. எல்லாம் தெளிவாகத் தெரிகிறது // 96
83. தனியாக வருவது // 97
84. வேறு வழி? // 98
85. நான் ரெடி நீங்க ரெடியா? // 99
86. பெருமைக்கும் ஏனைச் சிறுமைக்கும் // 100
87. ஹலோ யாராவது இருக்கீங்களா? // 101
88. சரஸ்வதியும் மன்மதனும் // 103
89. எப்போது சரி செய்யப்படும்? // 104
90. ஒரு வார்த்தை அதிகம் பேசினால் என்ன? // 105
91. ஒருமை பன்மை // 106
92. பரிசோதனைக் கூடத்திலிருந்து ஒரு மாற்று கவிதை // 107
93. இந்தப் புத்தகத்தைத் திருப்பித் தரப் போவதில்லை நான் // 108
94. வரவேற்பு // 109
95. நான் ஒரு மாதிரி // 110
96. பெரிய பாதிப்பொன்றுமில்லை... // 112
97. மிச்சமிருப்பது... // 113
98. நெடுங்காலம் நின்றவன்... // 114

99. ஒருயிர் // 115
100. இது தேறாத கேஸ் // 116
101. வாக்கிங் ஜாம்பவான்கள் // 117
102. ஆமாம், அதேதான் அதேதான் // 118
103. விபத்துப் பகுதி // 119
104. இளைப்பாருங்கள் தோழர்களே... // 120
105. தாமுவும் பித்தோவனும் // 121
106. கிணறும் நானும் // 123
107. Smart boy // 124
108. ஞானிகள் சிலர் கவிதையும் எழுதுகின்றனர் // 125
109. எனக்கு வாமிட் வருகிறது // 126
110. இரண்டாவது துறவி // 127
111. ரசனை சார் உலகம் // 128
112. பயில்வான் எழுதிய கவிதை // 129
113. ராஜாவின் ராஜதுரோகம்... // 131
114. இடைப்பட்ட காலம் // 132
115. என் பெயர் கூட தெரியாது அவர்களுக்கு // 133
116. வேறொன்றுமில்லை // 134
117. முதலில் அப்படித்தான் இருக்கும் // 135
118. மன்னரின் சந்தேகம்... // 136
119. லூஸு நகரம் // 137
120. கேட்டுப் பாருங்கள் // 138
121. கழற்றியவர் வரலாறு // 139
122. அமைதி காண்... // 140
123. Online வகுப்புகள் இன்று முதல் ஆரம்பம் // 141
124. தேகம் காண்பவன்... // 143

125. தபசியின் எதிர்காலம் // 144

126. திமிர் பிடித்தவர்கள் // 145

127. இது நிஜம் // 146

128. நீர் நிறைந்த ஏரி // 147

129. மத்தளம் // 148

130. ஜான் கீட்ஸ் ஆதவனைச் சந்தித்ததில்லை // 149

131. பைபிள் சொல்லாத கதை // 150

132. உன்னால் முடியும் தம்பி // 151

133. உடனிருப்பது // 152

134. நீள் இரவு... // 153

135. No more friend request // 154

136. வியூகம் // 156

137. மரியாதைக்கு வந்தனம்... // 157

138. Lan Next கவிதைகள் // 158

139. 24 × 7 அனுமதி // 159

140. கயிறு // 160

141. மூன்றாவது கவிதை // 161

142. ஒருவனாக இருப்பது... // 162

143. கேதார் ஜாதவ் கிரிக்கெட் கிளப் // 163

144. செங்கோல் ஏந்துபவர்கள் // 164

145. பெருங்கூட்டம் // 165

146. காக்கா தூக்கிச் சென்றது போக... // 166

147. அவரவர் சுமை // 168

148. வந்தவர்கள் – நின்றவர்கள் // 169

149. இது போதுமா? // 170

150. வாழ்வது எப்படி? // 171

151. பவுடர் பூசிவிடுபவர்கள் // 172
152. வசனகர்த்தா // 173
153. வீடு பேறு // 174
154. எதிர் படுவது // 175
155. வாடி ராசாத்தி // 176
156. சமர்த்துப் பிள்ளை // 177
157. 2000 ரூபாய் நோட்டின் கதை // 178
158. வாயைக் கிளறாதீர்கள் // 180
159. இது என்ன திறந்த வீடா? // 181
160. எனக்கு வாய்த்தவன் // 182
161. அவசர உதவி // 183
162. இன்று என்றொரு நாள் // 184
163. ஒரு சொல் வாழ்வு // 185
164. புரியாத மொழி // 186
165. கவி பாடியவன் // 187
166. மூஞ்சி நூல் // 188
167. Macro Economics பேசுகிறேன் // 189
168. சர்ப்ப நதி // 190

எண்ணிக்கை பிரச்சனையில்லை

சில பேர் கவிதை எழுதிய
அரை மணி நேரத்தில் 10 லைக் வந்துவிடுகிறது.
நான் 10 கவிதை எழுதினாலே
1 லைக்தான் வருகிறது.
இருந்தாலும் I like it...

நான் அவனில்லை

நல்ல நவீன தமிழ்க் கவிதை
எழுத வேண்டுமா நீங்கள்?
தபசியின் அனைத்து கவிதைகளையும்
படிக்க வேண்டும்
இதில் மாற்றுக் கருத்துக்கு இடமேயில்லை.
தபசியா யார் என்று
நீங்கள் கேட்பது புரிகிறது.
அது பற்றியெல்லாம் பேச
நேரமில்லை இப்போது.
தபசியின் பன்னிரண்டு கவிதைத் தொகுப்புகள்
வந்துள்ளன.
எல்லாவற்றையும் படிக்க வேண்டும், நீங்கள்.
எந்தப் பத்திரிகையிலும்
எழுதாத ஆள் தபசி.
ஒரு விருதும் வாங்கியதில்லை.
மனுஷ்யபுத்திரன் போலவோ
சல்மா போலவோ,
குட்டி ரேவதி போலவோ
புகழ் பெறவில்லை.
ஆனாலும்
நவீன கவிதையின் பால் அக்கறையுள்ள
ஒவ்வொருவரும்
தபசியின் கவிதைகளை
அவசியம் படித்தாக வேண்டும்.
நான் படித்திருக்கிறேன்.
நீங்களும் படிக்க வேண்டும் .

கட்டித்தான் ஆக வேண்டும்

நம்மில் யாரேனும்
அபராதம் கட்டாமல் தப்பித்துள்ளோமா?
பள்ளிக் கட்டண அபராதம்,
பத்திரப் பதிவு அபராதம்
வருமான வரி அபராதம்,
கடன் அபராதம், இப்படி.
காலத்தில் செலுத்த வேண்டியதைச்
செலுத்தாவிட்டால் அபராதம்தான்.
எனக்குத் தெரிந்த ஒருவர்
சாவை தள்ளிப் போட்டார்.
அபராதம் செலுத்திக் கொண்டிருக்கிறார்.

இளமையின் ரகசியம்

ஒருவன் வயதானவனாகத் தோற்றமளிப்பதற்கும்
மற்றொருவன் இளமையாகத் தோற்றமளிப்பதற்கும்
வயது மட்டுமே காரணமல்ல.
வயதுக்கேற்றாற்போல்
உள்ளுக்குள் ஒன்று
திரள்கிறது பாருங்கள்,
அதுவும் காரணமாயிருக்கலாம்.

நேற்று இன்று நாளை

நேற்றைய ஆற்றில்
நீர் இருந்தது.
இன்றைய ஆற்றில்
மணல் உள்ளது.
நாளை
ஆறு என்ற ஒன்று உண்டா?

எல்லையில்லை...

இந்த உலகத்தில்
ஆராய்ச்சிக்கு
எல்லையேயில்லை என்கிறார்கள்.
உண்மைதான்.
அதே போலத்தான் அன்புக்கும்.
இது குறித்து
யாருமே பேசுவது போல் தெரியவில்லை.
எல்லையில்லா அன்பு என்பது
எங்கோ
யாரிடமிருந்தோ உருவாவதல்ல.
அது உங்களிடமிருந்து
இங்கே இப்போது
உருவாவது.
ஆராய்ச்சியை
எவனோ செய்து கொண்டிருப்பான்.
வாய் பிளந்து பேசிக் கொண்டிருக்கலாம்.
அன்பு அப்படியல்லவே.

வேறு யாரும் தேவையில்லை

ஒரு நாளை
மோசமான நாளாக மாற்ற
மனிதர்கள் யாரும் தேவையில்லை.
மனிதர்களைப் பற்றிய
நினைவுகள் போதும்.

பொறுப்பது உம் கடன்...

என் பொறுப்பின்மைக்கு
நானே காரணம்.
இந்த அளவு பொறுப்புதான் என்னிடம்.

பசுவுக்கு அதைத்தவிர வேறென்ன தெரியும்?

நெடுங்காலம் பயன்படுத்தப்படாத
கண்ணாடிக் குடுவைக்கு
மதிப்பென்ன இருக்க முடியும் ?
நீங்கள் ஒரு தீர்மானத்தை
முன் மொழிகிறீர்கள்.
அசட்டுத்தனமாக தலையாட்டுகிறது ஒரு பசு.
கோடை காலத்தில் மரங்களே சாய்கின்றன.
செடியென்ன ஆகும் பாவம்?
அப்புறம் தான்
அந்த பைத்தியக்காரத்தனத்தைச்
செய்ய ஆரம்பிக்கிறீர்கள்.
கண்ணாடிக் குடுவையில்
நீர் எடுத்து வந்து
செடியில் ஊற்றுகிறீர்கள்.
செடியென்ன ஒரு நாளில் மரமாகிவிடுமா?
அதற்கும் தலையாட்டுகிறது பசு.
பிறகு அந்த வேடிக்கை நிகழ்கிறது.
கோடை காணாமலே போய்விடுகிறது.

அவர்களால் முடிந்தது

ஒரு வார்த்தைக்கும்
இன்னொரு வார்த்தைக்கும்
இடையே உள்ளவற்றை
நிறைய பேர்
விழுங்கி விடுகிறார்கள்.
வேறு சிலரோ
வார்த்தையையே
விழுங்கி விடுகின்றனர்.

உபகாரம்

‘உன் நிலம் பற்றி எழுது’ என்கிறீர்கள்.
என் நிலம் பற்றி எழுத என்ன உள்ளது?
பாளம் பாளமாய்
வெடித்துக் கிடக்கிறதது.
யாரேனும் ஒரே குவளை நீர் ஊற்றுங்கள்.
ஏதேனும் முளை விடலாம்.

யாருக்கு விருப்பம்?

நண்பர்களுக்குப் பகிர்ந்தளிக்க
வெற்றிடம் உள்ளது என்னிடம்.
விருப்பமுள்ளவர்கள்
பெற்றுச் செல்லலாம்.

மாற்று வழி உண்டா?

பெரும்பாலான நம் உரையாடல்கள்
ஒன்று
சண்டையில் முடிகிறது
அல்லது
சலிப்பில் முடிகிறது.
சமாதானத்தில் அவை முடிய
வாய்ப்பே இல்லை போலும்.

நண்பர்களின் கனிவான கவனத்திற்கு

நீங்கள் என்னை
புறக்கணித்துச் செல்லலாம்.
அது உங்கள் விருப்பம்.
எனக்கொன்றும்
நட்டமில்லை அதில்.
ஆனால்
என்னை நிராகரிக்க முடியாது உங்களால்.
தோற்று விடுவீர்கள்...

போர்வாளாம் போர்வாள்...

எவ்வளவோ முறை
போர்வாளை உயர்த்தி விட்டேன்.
எதிரே இருப்பவர்கள்
தலை தெறித்து ஓடுவார்கள் எனப் பார்த்தால்
சிரிக்கிறார்கள்.

இருவரும் ஒன்றுதான்

நீ என்னிடம்
பேசாமலிருப்பதற்கு
பெரிய காரணமேதும்
இருப்பதாய்த் தெரியவில்லை.

நான் உன்னிடம் பேச விழைவதற்கும்
அப்படியெந்த காரணத்தையும்
கற்பித்து விட முடியாது என்றே தோன்றுகிறது.

நாய்கள் ஏன் சிலரை மட்டும் துரத்துகின்றன?

அரசியல்வாதியை
எந்த நாயும்
துரத்துவதாகத் தெரியவில்லை.
ஆனால் நாம் தெருவுக்குள் இறங்கும் போதே
ரவுண்டு கட்டிக் கொள்கின்றன.
இத்தனைக்கும் இந்த நாய்களுக்கு
நாம் ரொட்டித் துண்டு போட்டவர்களாகக் கூட
இருக்கலாம்.

அரசியல்வாதிகளை
IT, ED துறையினர் துரத்துகின்றனர்.
நம் பக்கம்
அவர்கள் தலை வைத்துக்கூடப் படுப்பதில்லை.

நான் என்ன சொல்ல வருகிறேன் என்றால்
நாய்கள் எல்லோரையும் துரத்துவதில்லை.
அவற்றுக்குத் தெரியும்
யாரைத் துரத்துவதென.

புள்ளி விபரம் உள்ளதா?

நம்மிடையே
கைகால் முறிந்த மனிதர்களை
எளிதாகக் கணக்கிட்டு விடலாம்.
கனவு முறிந்தவர்களை?

Reach ஆவதென்பது...

ஒவ்வொரு மனிதனுக்கும்
ஒரு reach உண்டு.
பணம், பதவி, புகழ், ஆயுள் இப்படி.
இந்த reach ஐ மீறி
அவனால் எதுவும் செய்து விட முடியாது.
என்ன முயற்சி செய்தாலும்
அது
இந்த reach க்குள்ளேயே அடங்கிவிடும்.
இயற்கையின் விதிகளில்
இதுவும் ஒன்று.
நான் சொல்வது
reach ஆகிறதா உங்களுக்கு?

நாமென்ன செய்ய முடியும்?

நட்சத்திரங்கள்
கைக்கெட்டும்
தூரத்திலேயே இருக்கின்றன.
வானம்தான் எங்கேயோ..

தெரிந்தவர்கள் சொல்லுங்கள்

நீதியே இல்லாத ஒரு சமூகத்தில்
சமூக நீதி என்று
எதைச் சொல்வது?

வேறு வேறு வேலைகளுக்குத் தயாராகும் உலகம்

கவிதை எழுதுபவர்களை
இந்த உலகம் மதிப்பதில்லை.
அவர்களை லூஸு என்று கருதுகிறது (அ)
அவனெல்லாம் பெரிய ஆள் என்று தப்பித்து ஓடுகிறது.

கவிதை எழுதுபவனை
இந்த உலகம் கண்டுகொள்வதில்லை.
வேறு ஏதோ முக்கிய வேலை இருப்பதாக பாவனை
செய்கிறது
(அ) இதெல்லாம் ஒரு வேலையா என்கிறது.

கவிதை எழுதுபவர்களை
இந்த உலகம் புறக்கணிக்கிறது.
அரசியல்வாதிக்கு செங்கோல் தருகிறது (அ)
கவிஞனுக்கு கதராடை அணிவித்து
வழியனுப்பி வைக்கிறது.

நானும் சொல்லட்டுமா?

திமுகவும் அதிமுகவும்
தமிழ்நாட்டுக்கு என்ன செய்தன என்று
தொண்டை கிழிய
விவாதம் போய்க் கொண்டிருக்கிறது
சின்னத்திரையில்.
கருணாநிதி,
எம். ஜி. ஆர்,
ஜெயலலிதா,
எடப்பாடி,
ஸ்டாலின் என
ஒவ்வொருவரும் செய்த சாதனைகளைப்
பட்டியலிட்டுக் கொண்டிருக்கின்றனர்
அந்தந்த கட்சியினர்.

என்னிடமும்
ஒரு சாதனைப் பட்டியல் உள்ளது.
என் தாத்தாவும், அப்பாவும்
இந்த ஊருக்கு
உலகத்துக்குச் செய்த
நன்மைகளின் பட்டியல்.
ஒரு பயலும்
இது குறித்து பேச மாட்டான்.
நான் பேசினால்தான் உண்டு.

சாப்பாடு போட்டது,
ரோடு போட்டது,
பஞ்சு மிட்டாய் கொடுத்தது என
இவர்கள் பேசுவதெல்லாம் ஒரு பேச்சா?

என் தாத்தா மூன்று குடும்பங்களை
அரவணைத்து
கவனித்துக் கொண்டார்.
இன்னும் அவர் பேர் சொல்கிறார்கள்
அவர் வாழ்ந்த கிராமத்தில்.
இதெல்லாம் நான் சொன்னால்தான் உண்டு.
எவனும் பேச மாட்டான்.

வேறு யாருக்கும் அனுமதியில்லை

+2 வில் தேர்ச்சி பெறாத ஒரு மாணவனை
மருத்துவப் படிப்பிலோ
பொறியியல் படிப்பிலோ அனுமதித்தால்
என்னவாகும்?
சரியான வைத்தியம் பார்க்க மாட்டான்.
பாலங்கள் இடிந்து விழும்.
பல பேர் இறந்து விடுவர்.
இப்படி ஆளுக்கு ஆள்
பொதுமக்களை சாகடிக்க
ஒருக்காலும்
அனுமதிக்க முடியாது அரசாங்கத்தால்.

'நீட்'டான விளக்கம்

முன்பெல்லாம் படிப்பது
அறிவை வளர்த்துக் கொள்ள என கருதப்பட்டது.

இப்போதோ
அறிவு வளர்ந்தால்தான்
படிக்கவே முடியும்
என்ற நிலை வந்துவிட்டது.

இரண்டு சந்தேகங்கள்

ஆரம்பித்த இடத்துக்கே வந்துவிட்டேனா
என சந்தேகமாயிருக்கிறது.
இன்னொன்றும்.
ஆரம்பித்தேனா இல்லையா?

அடித்து ஆடும் பெண்

திவ்யா ஈசனுக்கு
பந்து போடுவது சிரமம்.
சுற்றி எத்தனை பீல்டர்கள் இருந்தாலும் பந்தை
லாவகமாக தட்டி விடுகிறார்.
கொஞ்சம் line and length தவறினால் போதும்.
பவுண்டரி சிக்ஸர்தான்.
அப்பா, அம்மா, மாமன், மச்சான், கல்லூரி முதல்வர்,
ஹாஸ்டல் வார்டன், பக்கத்து வீட்டு அக்கா என
ஒன்று திரளும் எதிரணி
படும் பாடு கொஞ்ச நஞ்சமல்ல.
உடன் ரன்னராக ஆடும் தோழியின் கதையும்
திண்டாட்டம் தான்.
பார்த்து ஓட வேண்டும். இல்லையென்றால்
ரன் அவுட் நிச்சயம்.
இந்த ஆட்டத்துக்கு
என்னை ஏன்
அம்பயராகப் போட்டார்கள் என
குழப்பமாயிருக்கிறது.
'கமான் திவ்யா' என்று குரலெழுப்புகின்றனர் ரசிகர்கள்.
நான் கூர்ந்து கவனிக்கிறேன்.

ராஜாவுக்கு body guard அவசியம்

செஸ் விளையாட்டின்
opening விதிமுறைகள் தெரியுமா உங்களுக்கு?
மையத்தைக் கைப்பற்ற வேண்டும்.
காய்களை தயார்ப் படுத்த வேண்டும்.
ஒரே காயை மீண்டும் மீண்டும் நகர்த்தக்கூடாது.
ராஜாவை பத்திரப்படுத்த வேண்டும்.
ஆரம்ப காலத்தில் இது எதுவும் தெரியாமலேயே
முதல் நகர்த்தலாக
H4 ஆடினேன்.
பத்தாவது நகர்த்தலில்
என்னை
செக் மேட் செய்துவிட்டான்
என் நண்பன்.
இப்போது நான் செஸ் ஆடுவதில்லை.
வாழ்க்கை
வேறு மாதிரியான விளையாட்டை
முன் வைத்திருக்கிறது.
ஆனால் அந்த அறிவுரைகளை மறக்கமாட்டேன்.
குறிப்பாக
ராஜாவைப் பத்திரப்படுத்தும்
அந்த வித்தையை.

நான் மனிதன்தான்...

மனிதர்களில் இரண்டு வகை உண்டு.
முதல் வகை
எப்போது பார்த்தாலும்
குறை சொல்லிக் கொண்டே இருப்பார்கள்.
அடுத்தவர்களுக்கு
ஏதாவது வேலையிடுவார்கள்.
எப்போதுமே கடுகடுவெனவே இருப்பவர்கள்.
Complaining mode வகையைச் சார்ந்தவர்கள் இவர்கள்.

இரண்டாவது வகை
எல்லோரையும் பாராட்டுவார்கள்.
அவர்களே
வேலைகளைச் செய்து கொள்வார்கள்.
எப்போதும்
முக மலர்ச்சியுடன் இருப்பவர்கள்.
Appreciation mode வகையறா இவர்கள்.

இந்த இரண்டு வகையையும் மீறி
மூன்றாவது ஒரு வகை இருக்குமேயானால்,
அவர்களை நான்
மனிதர்களாகவே மதிப்பதில்லை.

இது சரிப்படாது...

நீங்கள் எந்த ராசி
என்ன நட்சத்திரம்
எனக்குத் தெரியாது.
நான் ரிஷப ராசி.
ரோகிணி நட்சத்திரம்.
நீங்களும் அதேதானா?
துள்ளிக் குதிக்காதீர்கள்.
நாம் உடனடியாக
விலகி விடுவது நல்லது.
ஏக ராசி
ஏக நட்சத்திரம்
ஆகாது என்கிறது அஸ்ட்ராலஜி

வெயிலல்ல இது...

இந்த வெயில்
வெயிலாக இல்லை.
நம் பிரியமானவர்களின்
சுடு சொல்லாய் இருக்கிறது.
அவர்களின் அவமதிப்பாய் இருக்கிறது.
அவர்களின்
புறக்கணிப்பாய் இருக்கிறது.

காரணம்...

முகம் தெரியாத ஆண்களிடம்
பெண்கள்
எளிதாகப் பழகி விடுகின்றனர்.
முகம்தான் தெரியாதே..

வாருங்கள் தோழர்களே...

இந்த பூமி
மிக வேகமாகச் சுழல்கிறது.
அதை எப்படி நிறுத்துவது என்றே
எனக்குத் தெரியவில்லை.
என் சக்தியெல்லாம் ஒன்று திரட்டி
அதை தாங்கிப் பிடிக்கிறேன்
என்னைக் கீழே தள்ளி விட்டு
அது முன்னே செல்கிறது.

நல்ல பேரை வாங்க வேண்டும் பிள்ளைகளே...

ஒரு பொறுப்பான மனிதனின்செயல்
இறைந்து கிடக்கும்
பேப்பரை எடுத்து
குப்பைக் கூடையில் போடுவதில் ஆரம்பிக்கிறது.
போக்குவரத்து விதிகளை மீறாதவன்
பொறுப்பான மனிதன்.
வரிப்பணத்தை
ஒழுங்காகச் செலுத்துபவன்
பொறுப்பான மனிதன்.
குடிநீர் குழாயில்
மோட்டார் வைத்து
நீரை உறிஞ்சாதவன் பொறுப்பான மனிதன்.
நானும் பொறுப்பான மனிதன்தான்.
என் காதலிகளிடம்
கைபேசி எண்களை
வாங்கிக் கொள்கிறேன்.
அவர்களிடம் பேசுவதேயில்லை.

Enemy கள் இல்லாத உலகம்

இப்போதெல்லாம் break up என்பது
சாதாரணமாகிவிட்டது.
யார் வேண்டுமானாலும்
யாரிடமிருந்து வேண்டுமானாலும்
விலகிக்கொள்ளலாம்.

அந்தக் காலத்தில்
கோபம் இருந்தது.
வீண் பிடிவாதம் இருந்தது.
பஞ்சாயத்து கூட இருந்தது.
விலகுவது அபூர்வம்.

சிறு வயதில் பள்ளியில்
சண்டை போட்டுக் கொண்டு
'நீ என் எனிமிடா 'என்போம்.
இரண்டாம் நாள் பேசிக்கொள்வோம்.

பிரேக் அக் என்பது எனிமிட்டியை வளர்த்துக் கொள்வதல்ல.
அது மிகவும் தவறு என்கிறார்கள்.

எனவே
உன்னை என்னால்
சகித்துக் கொள்ள முடியாது என்று
சொல்லிவிட்டுப் போவது.

Break up என்பது
உன்னை ஒரேயடியாக
தலை முழுகுகிறேன் என்பதைச்
சொல்லாமல் சொல்வது.

இது நல்ல டெக்னிக்

என்னிடம்
பேசத் தயங்குபவர்கள்
என்னிடம்
பேசாமலேயே இருந்து விடுகின்றனர்.

இன்றைய நம் நிலை இதுதான்

நிறையவே பேசி விட்டேன்.
நான் குரலை உயர்த்திப் பேசப் பேச
உங்கள் காதுகள்
மந்தமாகிக்கொண்டே வருகின்றன.
என்ன செய்வேன்?

ஒரு செர்பிய வீரனின் கதை

23 என்பது சாதாரண எண்ணல்ல
இந்த எண்ணின் முக்கியத்துவம் குறித்து
பலரும் பேசுகிறார்கள்.
ஒரு மனிதன் ஒன்றிலிருந்து தொடங்க வேண்டும்.
அவனுடன் வேறு சிலரும் ஒன்றிலிருந்தே
தொடங்குகின்றனர்.
நிறைய பேர்
களைத்து விடுகின்றனர்.
தாக்குப் பிடிப்பவர் வெகு சொற்பம்.
23 என்ற எண்ணைத் தொடுவதற்கு
ஒருவனுக்கு 15 வருடங்கள் ஆகின்றன.
அடுத்தடுத்த எண்கள் காத்திருக்கின்றன அவனுக்காக.
23 அப்போது சரிந்து போகும்.

ஒருவரும் இல்லையென்று சொல்லிவிட முடியாது

நான் எழுதும் கவிதைகளை
யார் படிக்கிறார்கள் என்றே தெரியவில்லை.
ஆனால் ஒருவன் மட்டும்
கட்டாயம் படித்துவிடுவான்.
என் கவிதைகளின் முதல் வாசகன் அவன்.
நான் எது எழுதினாலும்
அதைப் படிக்கத் தயாராயிருக்கிறான்.
அது போதும் எனக்கு.
அவன் ஒருவனுக்காக எழுதுவேன்.
அவனை
தந்திரமாக
ஒளித்து வைத்துக் கொள்வேன்.

விடுவதும் தொடுவதும்

டெஸ்ட் போட்டியில்
கைதேர்ந்த batsman ஐ அவுட்செய்ய
வியூகம் உள்ளது.
பவுன்சர் போட்டால்
அவுட்டாக மாட்டான் அவன்.
Short pitch delivery போட்டால் வெளுத்து விடுவான்.
Yorker உதவாது.
Full toss கேட்கவே வேண்டாம்.
Googleyஐ யும் சமாளித்துவிடுவான்.
பின் எப்படித்தான்
அவனை
அவுட் ஆக்குவது?
ஒரே வழிதான் உள்ளது.
மூன்று slip fielder களை வைத்து
Outside the off stump போட வேண்டும்.
ஒரு பந்தல்ல.
பல பந்துகள்.
ஒரு ஓவரல்ல.
பல ஓவர்கள்.
தொடர்ச்சியாக போட வேண்டும்.
இடைவிடாத முயற்சியுடன்
போட வேண்டும்.
இப்போது தெரிகிறதா
ஒரு கை தேர்ந்த டெஸ்ட் பௌலர்
எப்படி உருவாகிறானென?

முதல் பந்து வீசப்படும் முன்பே தோற்று விட்டவர்கள்...

WTC இறுதிப் போட்டியின்
இரண்டாவது இன்னிங்ஸில்
சுப்மன் கில்லுக்கு
மூன்றாவது
அம்பயர் அவுட் கொடுத்தது
அநியாயம் என்றால்
அஸ்வினுக்கு அணியில் இடம் தராதது
அதை விட அநியாயமல்லவா?

யார் தோற்றது?

திறமையான எளிமையான மனிதன்
வெளியே காத்திருக்கிறான்.
நீங்கள் என்னடாவென்றால்
அவனுடைய இடத்தை
வேறொருவனுக்கு அளித்து விட்டீர்கள்.
நான் ரவிச்சந்திரன் அஸ்வின் கதையைத் தான்
சொல்கிறேன்.
பிட்ச் சரியில்லை,
மேகம் வெளுத்திருக்கிறது,
இந்த மீசை
டெஸ்ட் மேட்சுக்கு ஆகாது என
ஏதேதோ காரணம் சொன்னீர்கள்.
இப்போது என்ன ஆனது?
யார் மீசையில்
மண் ஒட்டிக் கொண்டுள்ளது?
உலகத்தில்
பாதி நடப்பு
இப்படித்தான்
போய்க் கொண்டிருக்கிறது.
இது mediocre களுக்கான உலகம்.
Excellence க்கு இங்கு வேலையில்லை.

அவனைக் கண்டுபிடி...

என்னை முழுவதுமாக
அப்படியே ஏற்றுக்கொள்ளும்
ஒரு மனிதனைத் தேடியபடி இருக்கிறேன்.
உள்ளேயிருந்து ஒரு குரல்:
"வெளியே அதற்கு வாய்ப்பில்லை, ராசா."

இவ்வளவுதானா உங்கள் உலகம்?

ஏசுவைப் போல்
இரு கைகளையும் அகல விரித்து
"என்னிடம் இளைப்பாற வாருங்கள்"
என்று சொல்வீர்கள் என நினைத்திருந்தேன்.
நீங்கள் என்னடாவென்றால்
Netflix ஐ விட்டு
வெளியே வர மாட்டீர்கள் போலிருக்கிறது.

மேடையைக் கைப்பற்றுபவர்கள்

எழுத்தாளன் ஒன்று சொல்கிறான்.
அதை
மீண்டும் அவன்சொல்வதற்கு
மேடையொன்று தேவைப்படுகிறது.
புத்திசாலிகள் மைக் பிடித்து உரையாடுகிறார்கள்.
எழுத்தாளன்
பேச்சுக் கலையை வளர்த்துக்கொள்ள வேண்டுமென்று
அறிவுரை வழங்கப்படுகிறது.
ஒரு வயதில் பேச ஆரம்பிக்கும் ஒருவன்
ஆயுள் முழுக்க
பேசிக் கொண்டேயிருக்கிறான்.
அரங்கை விட்டு வெளியேறுவதைத் தவிர
வேறு வழியில்லை.

நலம் நலமறிய ஆவல்

குற்ற உணர்வோடு நண்பர்கள் என்னிடம்
பழக வேண்டாமென கேட்டுக் கொள்கிறேன்.
என் சட்டையைப் பிடித்து உலுக்கி என்னிடம்
கேள்வி கேட்கும் உரிமை உங்களுக்குள்ளது.
'வாடா காபி சாப்பிடலாம்'
என்றழைத்துப்போய்
ஆணியன் பஜ்ஜியும் காபியும்
வாங்கித் தர வேண்டாமா நீங்கள்?
ஒரு பத்திரிக்கை நடத்துகிறீர்கள்.
நான் அதற்கு கவிதைகள் அனுப்புகிறேன்.
'உங்கள் கவிதைகளை பிரசுரிக்க இயலாமைக்கு
வருந்துகிறோம்.
தொடர்ந்து எழுதுங்கள்' என்றொரு சிறு குறிப்பு
அனுப்ப வேண்டாமா?
நாமென்ன பகைவர்களா?
திடீரென
ஒரு வீடியோ கால் போட்டு
என்னை ஆச்சர்யத்தில் மூழ்கடிக்க வேண்டாமா?
பாராமுகமாக இருக்கிறீர்கள்.
அது கூட
வேடிக்கையாகத்தான் உள்ளது.

நன்றி மறந்தவர்கள்

நன்றி என்ற ஒரு சொல் போதும்.
உங்களிடமிருந்து
விலகி விடுவேன்.
உங்களுக்கு
அதற்கும் அவகாசமில்லை போலும்.
நான் சாம்ராஜ்யங்களைத் தொலைத்தவன்.
உங்களால் ஆகப் போவது
எதுவுமில்லை எனக்கு.
நீங்கள் சொல்ல மறந்தாலென்ன?
நான் சொல்கிறேன்.
நன்றி.

இதுதான் நடக்கிறது

அன்பு முகம் காட்டுபவர்களை
எப்போதாவது காண்கிறேன்.
அன்புக்கு முகம் காட்டுபவர்களை
தினம் தினம் காண்கிறேன்.

நடராஜனை நிறுத்துவது கடினம்

நடராஜன் ஆடுகிறான்.
தனியாக ஆடுகிறான்.
ஆடுவதைத் தவிர
வேறெதுவும் அறியாதவன் அவன்.
அவன் ஆட்டத்தை நிறுத்துவது கடினம்.
கடினமென்ன
முடியவே முடியாது.
வேண்டுமென்றால்
மாற்றி ஆடு என்று சொல்லலாம்.
ஒரு காதில் வாங்கியபடி
மாற்றி ஆட ஆரம்பித்துவிடுவான்.
சொல்லிக் கொடுப்பதற்கெல்லாம் அவனுக்கு
நேரமில்லை.
உடன் வந்து ஆடுபவர்களை
வேண்டாமென்று சொல்ல மாட்டான்.
அவனுடன் ஆடிக் களைத்தவர்கள் எண்ணிக்கை
பட்டியலிலடங்காது.
அவனுக்குக்
களைப்பென்பதே இல்லை.
நீங்கள் தூங்கினாலும்
அவன் ஆடுவான்.
சொல்லப்போனால்
நீங்கள்
நன்றாகத் தூங்க வேண்டும் என்பதற்கும்
சேர்த்தே ஆடுகிறான்.

நெருங்கிச் செல்பவர்கள்

ஒரு இளம் நவீன கவிஞனை அடையாளம்
காண்கிறீர்கள்.
அவனுக்கு விருது கொடுத்து கௌரவப்படுத்துகிறீர்கள்.
மிக நல்லது.
உண்மையில்
அவனல்ல அது.
கொஞ்ச காலத்தில்
வேறொருவனைக் காட்டுகிறீர்கள்.
அவனுமல்ல.
மூன்றாவது கவிஞனைக் காட்டி
"இவனைப் பார்" என்கிறீர்கள்.
இல்லை அவனுமேயல்ல.
நவீன கவிதைக்கான benchmark நிறுவப்பட்டு விட்டது.
அதை நோக்கி
நகர்ந்தாக வேண்டும் ஒருவன்.
அதுவோ
தன்னை மேலும்
புதுப்பித்துக் கொள்கிறது.

பெயரளவு மனிதன்

நவீன மனிதன்
எவ்வளவு பலவீனமானவன் தெரியுமா?
ஒருவன்
தற்கொலை செய்து கொள்ள
அவனிடம்
குறைந்த பட்ச சக்தி
இருக்க வேண்டும்.
அது கூட இல்லாதவன் அவன்.

அடியுரம்

அவன் ஒரு
நவீன தமிழ்க் கவிஞன்.
தன் சொந்த செலவில்
நூறு புத்தகங்கள் அச்சிட்டான்.
தனக்குத் தெரிந்த
ஒருவரிடம் சொல்லி
நூற்றியொரு குழிகள்
வெட்டச் செய்தான்.

மனிதர்கள் நிறைய சொல்லிக் கொடுத்துவிட்டார்கள்

நிறைய மனிதர்களைப் பார்த்துவிட்டேன்.
பார்த்துக் கொண்டிருக்கிறேன்.
என் அனுபவம்
வானவில்லாக இருந்தது.
வெளுத்துக் கிடக்கிறது.

வழியனுப்புதல்

வேடந்தாங்கலுக்கு வந்துவிட்டு
ஊர் திரும்பும்
பறவைகளின்
வழிச் செலவுக்காக
காசு கொடுத்து அனுப்புகிறார்.

குட்டி குட்டி வரங்களுடன் சாம்ராஜ்யங்களைக்
கைப்பற்றுபவர்கள்...

கடவுள் முன்னால் தோன்றி
'பக்தா உனக்கு என்ன வரம் வேண்டும் கேள்'
என்று கேட்ட போது
"சாகாவரம் வேண்டும்...
சாம்ராஜ்யங்களைக் கைப்பற்ற வேண்டும்"
என்று கேட்டது அந்தக் காலம்.
அதற்கெல்லாம் வாய்ப்பில்லை இப்போது.
குட்டி குட்டிவரங்களைத் தர
தயாராயிருக்கிறார் நம் கடவுள்.
பரீட்சையில் பாசாக வேண்டும்,
புது பிராண்ட் இரு சக்கர வாகனம் வேண்டும்,
வேலை கிடைக்க வேண்டும்,
தனி வீடு வேண்டும்,
திருமணம் நடக்க வேண்டும் என
எது கேட்டாலும்
கிடைத்து விடும்.
பதட்டப்படாமல்
ஒவ்வொன்றொன்றாய்க்
கேட்க வேண்டும்.
இப்படியே போய்
சாம்ராஜ்யங்களைக்
கைப்பற்ற வேண்டியதுதான்.

தேவனிடம் ஒரு அப்பாயின்ட்மெண்ட்...

'யாரேனும் என்னைப் பாருங்களேன்' என்கிறேன்.
யாருமே என்னைப் பார்ப்பதாயில்லை.

கடைசியில்
தேவனிடம் போய் முறையிடுகிறேன்.
'தேவனே என்னைப் பாருங்கள் 'என்று.
அவரோ
ஏற்கனவே ஒருவன் 'என் பாவங்கள் தம்மை வாங்கிக்
கொள்ளுங்கள்' என்றான்.
நீயென்ன சொல்லப் போகிறாய் ?" என்றார்.
பார்த்தால் மட்டும் போதுமென்றேன்.
"ஞாயிற்றுக்கிழமை வா
மீதியைப் பேசிக் கொள்ளலாம் "
என அனுப்பிவிட்டார்.

அவரவர் ராசிப்படி...

என்னுடன் பழகும் பலரும்
என்னைவிட்டு விலகி விடுகின்றனர்.
என் ராசி அப்படி.

பலருடன் பழகும் நான்
அவர்களை விட்டு விலகி விடுகிறேன்.
அவர்கள் ராசி அப்படி.

போக்கு காட்டும் சேவல்கள்

எங்கள் தெருவில் 60 வீடுகள் உள்ளன.
தினமும் காலை
இந்த 60 வீடுகளிலும்
60 சேவல்கள் கூவுகின்றன.
சேவல் கூவுவதைக் கேட்டாலே எரிச்சலடைவர் சிலர்.
அதன் தலையில் தட்டுவர்.

ஒரே மாதிரி கூவுவதில்லை சேவல்கள்..
ஒரே நேரத்திலும் கூவுவதில்லை.
ஒரு சில சேவல்கள் மட்டும் கூரை மீது நின்று கொண்டு
கூவுகின்றன.
போக்கு காட்டி அங்குமிங்கும் ஓடும் சேவலைப் பிடிக்க
ஒரு கூட்டம் கூடவே ஓடுவது
வேடிக்கையாக இருக்கும்.

ஞாயிற்றுக்கிழமையானால் மட்டும்
சில சேவல்கள்
காணாமல் போய்விடுகின்றன,
பாவம்.

புலிக்குப் பசிக்காதா என்ன?

எங்கள் வீட்டில்
ஒரு புலி பொம்மை உள்ளது.
அது என்னையே
பார்த்துக் கொண்டிருப்பது போல் தோன்றும் எனக்கு.
அதன் தலையைத் தடவிக் கொடுப்பேன்.
சமர்த்தாக இருக்கும்.
ஒரு நாள் வாயைத் திறந்தது.
"ஐயோ பாவம் பசி போல" என்று சொல்லி
மனைவி உள்ளே சென்று பணியாரம் எடுத்துவந்தாள்.
கொஞ்ச நாளில் வீட்டுக்கு ஒரு மான் பொம்மை வந்தது.
இப்போதெல்லாம்
புலியின் பார்வை
வேறு திசையில்.

என்னால் முடிந்தது

கனவு இல்லம் திட்டத்திற்கு
என் பெயரை
யாரும்
பரிந்துரை செய்யப் போவதில்லை.
எனவே
எனக்கு நானே
என் வீட்டிலேயே
ஒரு கனவு கழிப்பறையை
உருவாக்கி விட்டேன்.
மிகவும் சுத்தமாக வைத்துள்ளேன்.
வாடை போக
சில வாசனை பொருட்களையும் பயன்படுத்துகிறேன்.

இது போதுமா?

நண்பர்கள்
கழுத்தை அறுக்கிறார்கள்.
எதிரிகள்
முதுகில் குத்துகிறார்கள்.
பெண்கள்
தலையில் பாறாங்கல்லைத்
தூக்கிப் போடுகிறார்கள்.
அதிகாரி
காறித் துப்புகிறான்.
அரசாங்கம்
சாகடிக்கிறது.
நியாயம் கேட்டு
புகார் அளித்தால்
சிறைக்குள் தள்ளி
நெஞ்சில் மிதிக்கிறார்கள்.

இப்படி எழுதாமல் பின் எப்படி எழுதுவதாம்?

வாழ்க்கையை
ஒரே வார்த்தையில்
எழுதிக்காட்ட முடியுமா என்று
என்னிடம் சவால் விட்டான் ஒருவன்.
"வாழ்க்கை" என்று எழுதிவிட்டேன்.

இது ஆங்கில வகுப்பல்ல...

ஆங்கிலத்தில் abuse என்றொரு வார்த்தை உள்ளது.
தவறாகப் பயன்படுத்துதல் என்று பொருள்.
ஒருவர் தன் கையையோ காலையோ தவறாகப்
பயன்படுத்தலாம்
வாயைத் தவறாகப் பயன்படுத்தலாம்.
வார்த்தைகளைத் தவறாக பயன்படுத்தலாம்.
பணம், பதவி, அதிகாரம் என எதையும்.
ஏன் வாழ்க்கையையே கூட.
ஒரு கட்டத்தில் தவறாகப் பயன்படுத்த எதுவும்
பயனில்லாமல் போகிறது.
அப்போது அது useless என்றழைக்கப்படும்.

இதை விட வேறென்ன வேண்டும்?

அச்சு முறியுமளவுக்கு
கவிதைகள் எழுதிவிட்டேன்.
அன்பு முறியுமளவுக்கு
மனிதர்களுடன் பழகி விட்டேன்.

பிழை பொருத்தருள்வீர்

ரமணரைப் பற்றி
கவிதை எழுத முடியாது என்னால்.
அவர்
கவிதைக்கு அப்பாற்பட்டவர்.
ஜேகே
அரபிந்தோ
வேதாத்ரி மகரிஷி ஆகியோரும் அப்படியே.

கவிதை என்பது
சிறு பிள்ளை விளையாட்டு.
மொழி
ஓடியாடும் மைதானம்.

எல்லாம் நம்ப பசங்கதான்

நன்றாக
நவீன கவிதை எழுத வேண்டுமா நீங்கள்?
என்னிடம் வாருங்கள்.
கட்டணமெல்லாம் எதுவுமில்லை.
கையில் பிரம்பு உண்டு.
பின்னி எடுத்து விடுவேன்.
சும்மா கக்கரே முக்கரே என்று கவிதை எழுதினால்
செத்தீர்கள்,
ஒரு கவிதையேனும் உருப்படியாக எழுதாமல்
வெளியே போய்விட முடியாது.
என்னிடம் பயிற்சி எடுத்து
தற்போது வெற்றிகரமாக
கவிதை எழுதிக்கொண்டிருப்பவர்கள் பெயர்களைக்
கேட்டால்
அசந்து போவீர்கள்.
மைக்கைப் பிடித்து அவனவனும்
'நவீன கவிதை என்றால் என்ன என்று தெரியுமா?'
என்று பேசும்போது எவ்வளவு பெருமையாக
இருக்கிறது எனக்குத் தெரியுமா?
யாரோ ஒருவன் சொன்னானாம்—
'எனக்கு குருவே இல்லையென்று'
படவா ராஸ்கல்,
அவ்வளவு பெரிய ஆளாகிவிட்டானா அவன்.
தொலச்சி புடுவேன் தொலச்சி.

இப்போதும் நாங்கள் நல்ல நண்பர்கள்தாம்...

ஏட்டிக்குப் போட்டியாக
கவிதை எழுத முடியாது என்னால்.
அவன் ஒரு பக்கம் எழுதுகிறான்.
நான் ஒரு பக்கம் எழுதுகிறேன்
அவனுக்கு ஒரு வாழ்வு.
எனக்கு ஒரு வாழ்வு.
அவனிடம்
படை, பலம், பதவி எல்லாம் உள்ளது.
என்னிடம் நேர்மை உள்ளது.
கூடவே கொஞ்சம் திமிரும்.
மேலும் மனிதர்கள்
மகிழ்ச்சியாக வாழவே பிரியப்படுகிறார்கள்.
இதில்
யார் எழுதினால்தான் என்ன?

ஞானியர் கூற்று

யாரும் யாருடனும்
அளவாகப் பழக வேண்டும்
என்பது ஆன்றோர் வாக்கு.
லவ்வென்று வந்துவிட்டால்
லிமிட்டாவது மண்ணாங்கட்டியாவது என்கிறார்கள்
இந்தக் காலத்துப் பசங்கள்.
யார் யாரோ சொல்லிவிட்டார்கள்.
நான் புதிதாகச் சொல்ல என்ன இருக்கிறது?
'காலங்கள் உள்ள வரை
கன்னியர்கள் யார்க்கும்
இந்த காதல் வர வேண்டாமடி' என்பதை மீறியா
சொல்லப் போகிறேன்?
'கண்ணைப் படைத்து பெண்ணைப் படைத்த
இறைவன் கொடியவனே'
என்பதை மீறியா பாடப் போகிறேன்?
2k kids,
Old man என்பார்கள்.
தீனி போட எவ்வளவோ இருக்கிறது அவர்களுக்கு.
சொன்னாலும் எடுபடாது.
ஒருவனோ ஒருத்தியோ
முட்டாளாவது என்று
முடிவு செய்து விட்டால்
யார்தான் தடுக்க முடியும்?

என்னென்ன சொல்றான் பாருங்க...

வெடுக் வெடுக்கெனப் பேசும் பெண்களை
யாருக்குப் பிடிக்கும்?
ஆனால் பாருங்கள்
தொண்ணூற்றி ஒன்பது சதவீதம் பெண்கள்
அப்படித்தான் பேசுகிறார்கள்.
மீதமுள்ள
அந்த ஒரு சதவீதம்தான்
இந்தக் கவிதையை
வாசித்துக் கொண்டிருக்கின்றனர்.

சைக்கிள் கேப்பில்...

ஆரம்பத்தில்
மனிதனை
செவ்வாய் கிரகத்தில் குடியேற்றும் திட்டம்தான்
இருந்ததாம் சிவனிடம்.
காளியுடன் நடனமாடிக் கொண்டிருந்த போது
மக்கள் அவர்களாகவே
திமுதிமுவென பூமிக்கு இறங்கி வந்துவிட்டனராம்.

படிக்காத வரை பிரச்சனையில்லை

பார்வைக்கும் பகிர்தலுக்கும்
அன்புடன் என கையெழுத்திட்டு
என் கவிதைத் தொகுப்புகளான 'ஜடாயு வதம்'
மற்றும் 'இரண்டு சிக்ஸர்களின கதை'யை
பல நண்பர்களுக்கு அனுப்பினேன்.
பாவம்,
அவர்களுக்குப்
படிக்க நேரமில்லை போலும்.
அவர்கள் வீட்டுப் பரணிலேயே உறங்கட்டும் அவை.
எப்படியும்
என்னிடமிருந்தாலும் உறங்கத்தானே போகின்றன..

வீழ்ச்சி

மனிதர்கள் சீக்கிரம் சோர்ந்துவிடுகிறார்கள்.
இரவில் நன்றாக உறங்குகிறார்கள்.
அப்படியும்
சோர்ந்து விடுகிறார்கள்.
காலையில் புதுக் காற்றை சுவாசிக்கிறார்கள்.
அப்படியும்
சோர்ந்து விடுகிறார்கள்.
ஊட்டச் சத்தானஉணவு எடுத்துக் கொள்கின்றனர்.
அப்படியும்
சோர்ந்து விடுகின்றனர்.
தன்னம்பிக்கையூட்டும் பல புத்தகங்களைப்
படிக்கிறார்கள்.
என்றாலும்
சோர்ந்து விடுகிறார்கள்.
கொஞ்ச நேரம் மட்டுமே
தலையை
நேராக வைக்க முடிகிறது அவர்களால்.
பிறகு சாய்ந்து விடுகின்றனர்.

அதையும் பார்ப்போம்...

இறந்தவர்கள்
இன்னும் எத்தனை நாட்கள்
சுவரில்
படங்களாக
தொங்கிக் கொண்டிருப்பர்?
இறங்கி வந்து நம்முடன்
கத்தி சண்டை போடவேண்டாமா அவர்கள்?

கடன் தொகை கணக்கு...

அப்பா கணக்கு வாத்தியார்.
சின்ன வயதில் அவனுக்கு
மனக் கணக்கு தருவார்.
8 சாக்லேட் 40 பைசா.
10 சாக்லேட் எவ்வளவு ?

5 பேர் ஒரு வேலையை 10 நாளில் செய்தால்
10 பேர் அதே வேலையை
எவ்வளவு நாட்களில் செய்வர் ?

40 நிமிடத்தில்
ரயில் 30 கிலோமீட்டர் சென்றால்
ரயிலின் வேகம் என்ன ?. இப்படி..
சட்சட்டென போட்டு விடுவான்.
கணக்கு வாத்தியார் பிள்ளையல்லவா ?
அப்பாவுக்கு
அவ்வளவு பெருமையாக இருக்கும்.

இப்போதும் மனக் கணக்கு போடுகிறான்
யாரைப் பிடித்தால் எந்த வேலை நடக்கும் ?
எவ்வளவு முதலீடு போட்டால் எவ்வளவு லாபம்
சம்பாதிக்கலாம்.?
எதைச் செய்தால்
பதவி உயர்வு கிடைக்கும் இப்படி...
நல்ல வேளை,
அப்பா இன்று உயிருடன் இல்லை ..

காப்பு

பாலசோர் வழித்தடத்தில்
இப்போது மீண்டும்
ரயில்கள் ஓட ஆரம்பித்துவிட்டன.
விபத்து நடந்த இடத்தைக்
கடக்கும் போதெல்லாம்
மக்கள் அச்சத்துடன் பேசிக் கொள்கிறார்கள்
'இந்த இடம்தான்... இந்த இடம்தான்.
அந்த வண்டியில் அவர்களுடனேயே
கையில் சூலமேந்தி
பட்டுப் பாவாடையில் அமர்ந்திருக்கிறாள் ஒரு சிறுமி.
பாலசோரிலிருந்து
விபத்து நடந்த
பகநகா பஜார் ஸ்டேஷன் வரை
அவளுடைய கட்டுப்பாட்டுக்குள் வந்துவிட்டது
இப்போது...

யார் அனுபவித்தால் என்ன?

காலையில் எழுந்த போது ஒரே வெளிச்சமாக இருந்தது.
நிறைய காற்று வீசியது.
பறவைகள் கிளம்பி விட்டன.
மலர்கள் சிரித்தன.
நான் மட்டும் அனுபவிக்க முடியாது இல்லையா?
அனைவரையும் எழுப்பி விட்டேன்.
திடுக்கிட்டு எழுந்தவர்களிடம்
இயற்கையை
எப்படி அனுபவிக்க வேண்டும் என்று
பாடம் எடுத்தேன்.
'நீயே அனுபவிச்சுட்டு போடா..''
என்று சொல்லிவிட்டு
போர்வையை தலைக்கு மேல்
இழுத்து விட்டுக்கொண்டு உறங்கிய
என் தங்கையை மட்டும்
எதுவும் செய்ய இயலவில்லை.

அந்தப் பக்கம் சென்றுவிட்டவன்

மனநிலை பிழன்ற ஒருவனைப்
பேருந்து நிலையத்தில் பார்த்தேன்.
இளம் வயது பையன்.
பெண்கள் பக்கம் போய் நின்றான்.
அங்கிருந்த ஒருத்தி
'அந்தப் பக்கம் போ' என்று சொல்ல
அங்கிருந்து கிளம்பி விட்டான்.
அவன்
சாலையைக் கடக்கும்போது பயமாயிருந்தது எனக்கு.
இவனையெல்லாம் கூட்டிப் போய்
ஷேவ் செய்து, குளிப்பாட்டி,
புது உடை மாட்டி விட்டால்
தமிழ்ப்பட ஹீரோ மாதிரி இருப்பான்.
மனநிலை பிழன்றவர்கள் கிரியேட்டிவாக இருப்பார்கள்
என்று சொல்லக் கேட்டிருக்கிறேன்.
இவன் என்னடாவென்றால்
அழகாக வேறு இருக்கிறானே..

ஓர் அரிய வாய்ப்பு

வேலையில்லா பட்டதாரியா நீங்கள்?
உங்களுக்கு ஓர் அரிய வாய்ப்பு காத்திருக்கிறது.
என்னுடைய
கவிதைத் தொகுப்புகளை
எட்டுத் திக்கும் கொண்டு சேர்க்க
முடிவு செய்து விட்டேன்.
அதற்கு விற்பனை பிரதிநிதிகள் தேவை.
விற்பனைக்கு ஏற்ற கமிஷன் உண்டு.
ஒருவனும் வாங்க மாட்டான்.
மனம் தளராதீர்கள்.
வெற்றி நிச்சயம்.

ஒரு கவிஞனின் டைரிக் குறிப்பிலிருந்து...

நவீன தமிழ்க் கவிதையின் பிதாமகனாக
என்னை
நானே அறிவித்துக் கொள்ளும் நாள்
வெகு தொலைவிலில்லை.
திராணியுள்ளவர்கள் எதிர்க்கலாம்
களத்தில் சந்திப்போம்.

இதையெல்லாம் எப்படிச் சொல்லி புரிய வைப்பது உங்களுக்கு?

தினமும் பத்து கவிதைகள் எழுதுகிறேன்.
அவை நூறு கவிதைகளுக்குச் சமம்.
ஏன் தெரியுமா?
என் ஒவ்வொரு கவிதையும்
பத்து கவிதைகளுக்குச் சமம்.

வேறு மாதிரி முயற்சி செய்யாதீர்கள்

மூச்சை இழுத்து
வெளியே விடும்படியான
வாழ்க்கை அமைந்திருக்கிறது, நம் அனைவருக்கும்.
இப்போதைக்கு மாற்று வழி எதுவுமில்லை.

எல்லாம் தெளிவாகத் தெரிகிறது

ஸ்கேனுக்காக காத்திருப்பவர்கள்
வழி நெடுக இருக்கிறார்கள்.
நிறைய தண்ணீர் குடிக்கிறார்கள்.
மூச்சை இழுத்து வெளியே விடுகிறார்கள்.
யாரோ யாரிடமோ கைபேசியில்
பேசிக் கொண்டிருக்கின்றனர்.
இந்த மருத்துவமனை
அப்படியே பறந்துவிடக் கூடாதா என்றிருக்கிறது
எனக்கு.
ஏதேனும் ஒரு முடிவு தெரியப்போகிறது
கொஞ்ச நேரத்தில்.
பலர் அப்பாடா என மூச்சு விடப் போகின்றனர்.
சிலருக்கு
அடுத்தடுத்த பரிசோதனைகள்.
நான் வெளியேறிச் செல்கிறேன்.
மருத்துவமனை
எங்கேயும் போய் விடவில்லை.
அங்கேயே இருக்கிறது.

தனியாக வருவது

கோடையே முடியப் போகிறது.
மாம்பழங்களை ருசித்து விடுவதெனத் தீர்மானித்தேன்.
கடை கடையாக ஏறி இறங்கினேன்.
கிளி மூக்கில் ஆரம்பித்து செந்தூரம், பங்கனம்பள்ளி,
அல்போன்ஸா, இமாம் பசந்த் ருமானியா, மல்கோவா என
அள்ளிக் கொண்டு வந்தேன்.
இந்த நீலம் மட்டும் அகப்படவேயில்லை.
'அது இப்ப வராது சார் சீசன் முடியும் போதுதான்'
என்றார் கடைக்கார்.
காத்திருக்கிறேன்.

வேறு வழி?

இருக்கவும் முடியாமல்
வெளியேறவும் முடியாமல்
சில WhatsApp குரூப்புகள் உள்ளன
வாழ்க்கையைப் போலவே.

நான் ரெடி நீங்க ரெடியா?

இப்போதெல்லாம் பார்ட்டி என்றாலே
பாட்டிலைத் திறப்பது என்றாகிவிட்டது.
அதிரும் இசைக்கு ஆடுவது
ஆணும் பெண்ணும்
நெருக்கமாக இருப்பது,
சிரித்துச் சிரித்துப் பேசுவது,
பெருந்தீனி தின்னுவது
எல்லாம்
பார்ட்டியின் அடையாளங்கள்.

யாருக்குமே
கொண்டாடுவது என்றால் என்னவென்றே
தெரியவில்லை.
கொண்டாட்டம் என்றால்
நன்றியுணர்வோடு இருப்பது.
வாழ்க்கைக்கு வணக்கம் செலுத்துவது.
எளியவர்களுக்கு இறைஞ்சுவது.
தொண்டு புரிவது.
அமைதி காப்பது.
மௌனமாக விலகிச் செல்வது.

இது போன்ற பார்ட்டி ஒன்றை
ஏற்பாடு செய்யவிருக்கிறேன்.
விருப்பமுள்ளவர்கள்
முன் பதிவு செய்து கொள்ளலாம்.

பெருமைக்கும் ஏனைச் சிறுமைக்கும்

இந்த உலகத்தில்
தவறான பாதைக்கு அழைத்துச் செல்ல
நூறு பேர் இருக்கிறார்கள்.
நல்வழிப் படுத்ததான் யாரும் இல்லை.
இருக்கும் ஒரு சிலரும்
ஒதுங்கியே நிற்கின்றனர்.
புத்தகங்களைப் படித்து யாரும்
திருந்தியதாய்த் தெரியவில்லை.
பெரியாரைத் துணைகோடல்,
சிற்றினம் சேராமை என்றெல்லாம் பேசுகிறார்
வள்ளுவர்.
ம்ம்ம்...
எவன் கேட்கிறான்?
நீங்கள் தீயவனாக மாற
முடிவெடுத்து விட்டால்
உங்களைத்
தடுத்து நிறுத்த முடியாது.
நல்லவனாக மாறுவதற்கும்
இந்த விதி பொருந்தும்.

ஹலோ யாராவது இருக்கீங்களா?

எனக்கு ஏதேனும் விருது தர விழைபவர்களுக்கு
ஒன்று சொல்லிக் கொள்கிறேன்.
யாரும் கண்காணாத இடத்திற்கு கூட்டிச் சென்று
விருதை கொடுத்துவிடுங்கள்.
காமிரா, வீடியோ, மாலை, மரியாதை,
பண முடிப்பெல்லாம் வேண்டாம்.
ஏதோ ஒரு அரங்கை வாடகைக்கு எடுத்து
சகட்டு மேனிக்கு அனைவரையும் மேடைக்கு அழைத்து
விருது கொடுத்துக் கொண்டிருக்காதீர்கள்.
மேலும் விருது தந்து
என்னை நீங்கள் கௌரவப்படுத்துவதாக
நினைக்கிறீர்கள்.
அப்படியெல்லாம் எதுவுமில்லை.
தினமும் என்னை நானே கம்பீரமானவனாக
கண்ணாடி முன் காண்கிறேன்.
அது போதும்.
விருது தேர்வுக்காக மூன்று பிரதிகள் அனுப்பவும்,
முடிவு தேதி, நடுவர் தீர்ப்பே இறுதியானது
என்றெல்லாம்
சொல்லி

கடுப்பைக் கிளப்பாதீர்கள்.
நான் ஒரு சோம்பேறி.
எதுவும்
செய்ய முடியாது என்னால்.
உட்கார்ந்த இடத்தில்
விருது தேடி வரவேண்டும் எனக்கு.
எனக்கு விருது கொடுத்து
உங்களை நீங்களே பெருமைப்படுத்திக்கொள்ளும்
ஒரு நல் வாய்ப்பினை உங்களுக்கு நல்குகிறேன்.
செய்வீர்களா ?
நீங்கள் செய்வீர்களா ?

சரஸ்வதியும் மன்மதனும்

தான் ஒரு உலக அழகி
என்று நினைக்கும் பெண்
கவிதைப் பக்கமே
தலை வைத்துப் படுக்கக்கூடாது.

தன்னை ஒரு மகாகவி
என்றெண்ணுபவன்
கண்ணாடி பார்ப்பதையே
விட்டுவிட வேண்டும்.

எப்போது சரி செய்யப்படும்?

சிதைந்து போன ரயில் பாதையை செப்பனிட
இரண்டு நாட்கள்
போதுமானதாக இருக்கிறது.

மனிதர்கள் சிதைந்து கிடக்கிறார்கள்.
ஒரு பிறவி காணாது போல.

ஒரு வார்த்தை அதிகம் பேசினால் என்ன?

மனிதர்கள்
மிகவும் இயந்திரத்தனமாக செயல்படுகிறார்கள்.
உதாரணத்துக்கு ஒன்று.
பேருந்தில் நடந்துநர்
எந்த ஊர் எத்தனை சீட்டு என்று மட்டும் கேட்கிறார்.
ஒவ்வொருவருடைய பெயராகக்
கேட்டுக்கொண்டு போனால்
எவ்வளவு நன்றாக இருக்கும்?

ஒருமை பன்மை

பல தரப்பட்ட
மனிதர்களைப் பார்த்துவிட்டேன்.
எல்லோரும்
ஒரே மாதிரி இருக்கிறார்கள்.

ஒரே மாதிரியாகத்தான் இருக்கும் அவர்களை
பலதரப்பட்டவர்கள் என்று
ஏன் நான் நம்ப வேண்டும்?

பரிசோதனைக் கூடத்திலிருந்து ஒரு மாற்று கவிதை

காதல் கவிதைகள் எழுதுவதில் பிரச்சனையுள்ளது.
கொஞ்ச காலத்தில் புளித்து விடுகிறதது.

அரசியல் கவிதைகளை
படிக்க ஆளில்லை.

தத்துவம் கண்டால் ஓடுகிறார்கள்.

உழைக்கும் வர்க்கத்துக்கான கவிதைகள்
வானம்பாடி காலத்திலேயே காலாவதியாகி விட்டன.

மிஞ்சியிருப்பது இளமைக் கால நினைவுகள்,
சுய புலம்பல், கையறு நிலை வகையறா.

நான் ஒரு மார்டன் பொயட் இல்லையா?
எனவே AI பற்றியும்
Quantum physics பற்றியும்
பாட வேண்டும்.

Linear Alegebraவின்
சமீபத்திய கண்டுபிடிப்பு பற்றியும் எழுதலாம்தான்.

Gene mutationம் சரியான பாடுபொருளே.

என் காதலிகள்
கூந்தல்
உலர்த்துவதில்லை.
Light year துணையுடன்
பால் வீதியில் பயணிக்கிறார்கள்.

இந்தப் புத்தகத்தைத் திருப்பித் தரப் போவதில்லை நான்

இளையராஜாவின் நூலகத்தில் நுழைந்தேன்.
பாடலின் முதல் வரிதான்
புத்தகத்தின் தலைப்பு.
ஏதாவது ஒரு புத்தகம் மட்டும்
எடுத்துக் கொள் என்றார் நூலகர்.
ஒன்றுதானா என்றேன் பரிதாபமாக.
ஒரு நாளுக்கு ஒன்று தான் என்றார்
'பூ பூ பூ
பூ பூத்த சோலை'
எடுத்துக் கொண்டு
வெளியேறிவிட்டேன்.

வரவேற்பு

இன்று ஒரு திருமண வரவேற்புக்குச் சென்றிருந்தேன்.
இசைக் கச்சேரி.
பெண் வீணை வாசிக்க
பக்கத்தில் இருந்தவர் புல்லாங்குழல் வாசித்தார்.
இரண்டு மூன்று
சினிமா instrumental போனது.
புல்லாங்குழல் வாசித்தவர்
நாதஸ்வரத்தை
கையிலெடுத்துக் கொண்டார்.
கொஞ்சம் நிரவல் நடந்தது.
Gift கொடுத்துவிட்டு
சாப்பிடச் சென்றேன்.
பந்தியில்
தென்னிந்திய, வட இந்திய உணவு வகைகளை
நிரவி இருந்தார்கள்.

நான் ஒரு மாதிரி

நவீன கவிஞனான எனக்கு
மிகப் பெரும் பிரச்சனையிருக்கிறது.
எதையாவது யாரையாவது
நான் சார்ந்து இருக்க வேண்டுமென்று
நினைக்கிறார்கள்.

நான் ஒரு திமுக அபிமானியல்ல.
சங்கியல்ல.
கம்யூனிஸ்ட் அல்ல.
எதுவுமேயல்ல.
'அப்படியெல்லாம் இருக்க முடியாது ஓய்...'
என்கிறார்கள்.
மனுஷ்யபுத்திரன் குரூப்பா என்கிறார்கள்.
ஜெயமோகன் குரூப்பா என்கிறார்கள்.
இவர்களெல்லாம்
எந்த குரூப்பை
எப்போது ஆரம்பித்தார்கள்
என்றே எனக்குத் தெரியவில்லை.
காலச்சுவடு ஆளா நீ என்கிறார்கள்.
தமுஎச வா என்கிறார்கள்.
ஒரு கூட்டத்தில் ஒருவர்
நாமெல்லாம் சேர்ந்து

கவிதையை வளர்க்க வேண்டுமென்றார்.
அனைவரும் கை தட்டினர்.
அப்புறம்தான் தெரிந்தது
அவர் நாம் என்று சொன்னது
அவர் சாதி சார்ந்தவர்களை என்று.

ஒரு கவிஞனான நான்
எந்த அமைப்புக்கும்
விசுவாசமாக இருக்க முடியாது.
எனக்கு நானே
விசுவாசமாக இருப்பேன்.

சொல்லப் போனால்
என் பெயர்
யாருக்கும் தெரியவே தெரியாது.
தெரிய வேண்டிய அவசியமுமில்லை.
நான் அப்படிப்பட்ட ஆள்.

பெரிய பாதிப்பொன்றுமில்லை...

இந்த 'ப'வுக்கு 'வ'வுக்கும் தான்
எவ்வளவு வித்தியாசம்.
பரி வரியாகிறது.
பழி வழியாகிறது.
பந்து வந்துவாகிறது
பட்டம் வட்டமாகிறது.
ஏதோ மொழியாராய்ச்சியில் இறங்கிவிட்டேன்
என்றெண்ண வேண்டாம்.
இன்றைய ஒரு பத்திரிகை செய்தியில்
தபசியாகிய நான் தவசியாகி விட்டேன்.

மிச்சமிருப்பது...

முன்பெல்லாம்
அழுக்குத் துணிகளை
கல்லில் அடித்துத் துவைத்தனர்.
வெள்ளாவி வைத்தனர்.

சோப்பு வந்தது.
வாஷிங் மிஷின் வந்தது.
பவுடர் வந்து.
Front load, Top load என்றெல்லாம்
கதை விட்டார்கள்.

சோப்பு திரவம் வந்தது.
கறை நல்லது என்றார்கள்.
எவ்வளவோ முன்னேற்றம்.

என்னதான் அடித்துத் துவைத்து,
கசக்கி, முறுக்கிப் பிழிந்தாலும்
அழுக்கு முழுவதுமாய் போய்விடுவேனா என்கிறது.

நெடுங்காலம் நின்றவன்...

ஏதோ ஒரு வரிசை.
போய் நின்று கொண்டேன்.
இன்னும் சிலர் சேர்ந்து கொண்டனர்.
வரிசை நகர ஆரம்பித்தது.
நான் நகரவில்லை.
என் வழியாக
பலரும் நகர்ந்து
முன்னே
போய்க் கொண்டிருக்கின்றனர்.

ஓருயிர்

ஒருவன் இறக்கும்போது
அவன் கைபேசியும் இறந்துவிடவேண்டும்.
இறந்தவனின் அருகே
கதறிக் கொண்டிருக்கும்
கைபேசி
காணச் சகியாதது.

இது தேறாத கேஸ்

'தபசியின் சுமாரான கவிதைகள்'
என்ற தலைப்பில்
ஒரு கவிதைத் தொகுப்பு கொண்டுவரலாமா
எனப் பார்க்கிறேன்.
பிரச்சனை என்னவென்றால்
ஒரு கவிதை கூட
தேறாது போலிருக்கிறது.

வாக்கிங் ஜாம்பவான்கள்

ஞாயிற்றுக்கிழமை
காலை 5 மணிக்கு எழுந்து வாக்கிங்போவோரை
நினைத்தால் பாவமாயிருக்கிறது.

இவர்களுக்கு
ஞாயிறு, திங்கள் எல்லாம் ஒன்றுதான்.
திமுக அதிமுக ஒன்றுதான்.
பிரியாணி தயிர்சாதம் ஒன்றுதான்.
இளையராஜா எம் எஸ் வி ஒன்றுதான்.
மழை, இடி, மின்னல், புயல், சுனாமி என
எது வந்தாலும்
வாக்கிக் போவார்கள் இவர்கள்.

இவ்வளவு பொறுப்புள்ள மனிதர்களுக்கிடையில் நான்
ஞாயிறு காலை 10 மணி வரை
படுக்கையில் புரள்கிறேன்.

வாக்கிங்கே போகக்கூடாது என்று சொல்லமாட்டேன்.
எனக்கு மூட்டு வலிக்கிறது.
அதனால் தவிர்த்துவிட்டேன்.

ஆமாம், அதேதான் அதேதான்

மக்களிடம் போய்
உடற்பயிற்சி என்றால்
ஓடுகிறார்கள்....
யோகா என்றால்
சோம்பல் முறிக்கிறார்கள்.

விபத்துப் பகுதி

'விபத்துப் பகுதி.
கவனம் தேவை'
என்கிறார்கள்.

பூமியே விபத்துப் பகுதிதான்.
வாழ்க்கை முழுக்கவே
கவனம் வேண்டும் போல.

இளைப்பாருங்கள் தோழர்களே...

இவ்வளவு மோசமான விபத்து
சமீப காலத்தில் நிகழ்ந்ததில்லை என்கிறார்கள்.

நேற்று மதிய உணவு
உண்டவர்கள் அவர்கள்.
நேற்று மாலை
தேநீர் அருந்தியவர்கள் அவர்கள்
நேற்று
Chat செய்துகொண்டிருந்தவர்கள் அவர்கள்.

விதி மதி எல்லாமே
குழப்பமாக உள்ளது.
தோராயமாக வாழ்ந்து கொண்டிருக்கிறோம்.

யாரோ ஒருவனின் கை
என் உள்ளங்கையில்
ரத்தக்கறையை
விட்டுச் செல்கிறது.
இன்றைய உணவைத் தொடும் என் கைகள்
நடுங்குகின்றன.

தாமுவும் பித்தோவனும்

இளையராஜாவைப் பற்றி
நிறைய எழுதியாகிவிட்டது.
இனி எழுத ஒன்றுமில்லை.
ஆனால்
இது வேறு மாதிரியான டெஸ்ட்.

இளைராஜாவிடம்
அரிசி, பருப்பு, வெங்காயம், தக்காளி, காய்கறி,
புளி மல்லித்தூள், மிளகாய்த்தூள், கடுகு,
உளுத்தம்பருப்பு, சீரகம், பெருங்காயம், கொத்தமல்லி,
கருவேப்பிலை, எண்ணெய், உப்பு எல்லாம்
கொடுக்கப்பட்டு விட்டது.
சுவையான ஒரு சாம்பார் சாதம்
செய்து தர வேண்டும், அவர்.

நம்மிடம் வயலின், புல்லாங்குழல், வீணை,
மிருதங்கம், நாதஸ்வரம், தவில், கிதார்,
தபேலா, கடம், கஞ்சிரா ஹார்மோனியம், சாரங்கி,
பியானோ போன்ற
இசைக்கருவிகள் ஒப்படைக்கப்பட்டுள்ளன.
ஒரு இசைக் கோர்வையை உருவாக்க வேண்டும் நாம்.

இளையராஜா
வாயில் வைக்கும்படியான
ஒரு சாம்பார் சாதம்
செய்வாரா இல்லையா
என்பது எனக்குத் தெரியாது.

ஆனால் நாம் அமைக்கப் போகிறோமே
ஒரு musical note,
அதற்கு இந்த உலகமே
தலைவணங்கப் போகிறது
என்பது மட்டும் நிச்சயம்.

கிணறும் நானும்

இதுவரை மூன்று முறை
கிணற்றில் குதித்திருக்கிறேன்.
முதல் முறை
தவளைப் பாய்ச்சல்.
இரண்டாவது முறை
ஒரு மாதிரி
பக்கவாட்டில் சரிந்தேன்.
மூன்றாம் முறை
நான் குதிக்கவில்லை.
கிணறு என்மேல் குதித்து விட்டது.

Smart boy

எங்கள் ஜெனரல் மேனேஜர் நாரதர்
ஒரு டாஸ்க் தருகிறார்.
செஃல்பி எடுக்க வேண்டும்.
ஒரே ஃபிரேமில் அதிக பட்ச நபர்களுடன் செஃல்பி
எடுப்பவர்களுக்கு
Cheese burger இலவசம்.
இரண்டு பேருக்கிடையிலான போட்டியல்ல இது.
மொத்த அலுவலகத்துக்கும்.
அவர் சொன்னவுடன்
அனைவரும் கூட்டம் கூட்டமாக
capture செய்து கொண்டிருந்தனர்.
நான் வெளியே வந்தேன்.
அலுவகத்தின் முன் நின்று
அலுவலகத்தின் பெயர் தெரியுமாறு
என்னை மட்டும் செல்ஃபி எடுத்துக்கொண்டேன்.
என் creativity ஐ பாராட்டினர் நாரதர்.
cheese burger எனக்கே கிடைத்தது.
பக்கத்து இருக்கை சுப்ரமணிக்கு
கொஞ்சம் வருத்தம்தான் இதில்.

ஞானிகள் சிலர் கவிதையும் எழுதுகின்றனர்

ஞானம் தேடுபவர்கள்
கவிதை எழுதலாகாது.
மனதின் உளறலது.
நீர்க்குமிழியைக் கண்ட
சிறுபிள்ளை போல்
துள்ளிக் குதிக்கின்றனர் கவிஞர்கள்.
ஞானிக்குத் தெரியும்
மொழியின் பெருமையும்
அதன்எல்லையும்.
ஞானி ஒரு கவிதை எழுதினாலும்
அது உண்மையாக இருக்கும்
உயர்ந்ததாக இருக்கும்.
கவிதை எழுதும் ஞானிகள் சிலர்
நம்மிடையே இருக்கிறார்கள்.
அவர்கள் கவிதை இருக்கிறது.
அவர்கள் இருப்பதில்லை.

எனக்கு வாமிட் வருகிறது

ஒரு மனிதனைத் தந்திரத்தால் வீழ்த்துகிறீர்கள்.
சூழ்ச்சியால் வீழ்த்துகிறீர்கள்.
மௌனத்தால் வீழ்த்துகிறீர்கள்.
தயவு செய்து கோபித்துக் கொள்ள வேண்டாம்.
உங்கள் கேப்மாறித்தனம்
நன்றாகத் தெரிந்துவிட்டது எனக்கு.
பவுடர் பூசியது போதும்.
தலையைக் கோதியது போதும்.
கீழே இறங்கி வாங்கடா எல்லோரும்.
அடுத்தவனுடன் செல்ஃபி எடுத்தபடி
அவன் உருவத்தை
ஒளியால் சிதைக்கிறீர்களே,
இதெல்லாம் ஒரு பொழப்பா?

இரண்டாவது துறவி

ராபின் சர்மா எழுதிய
The monk who sold his Ferrari படித்திருக்கிறீர்களா?
நான் எப்போதோ படித்தேன்.
என்னிடம்
ஒரு பழைய மாருதி 800 உள்ளது.
Green tax கட்டுகிறேன்.
நல்ல விலை வந்தால்
விற்று விடலாம்.
விற்றுவிட்டு இமயமலைக்குச் செல்லும்
எண்ணமெல்லாம் இல்லை.
வீட்டிலேயே ஒரு அறையில் தியானம்
செய்ய வேண்டியதுதான்.
ராபின் சர்மாவுக்கு
என்மாருதி 800 பற்றி
தெரிந்திருக்க வாய்ப்பில்லை.
எதற்கும் ஒரு வார்த்தை
அவரிடம் போட்டு வைக்கலாம்.
The monk who sold his Maurti 800 என்று எழுதினாலும்
எழுதுவார்.

ரசனை சார் உலகம்

இன்று இளையராஜா பிறந்தநாள்.
ஆனால் பாருங்கள்
இளையராஜா இசையமைக்காத
இரண்டு பாடல்கள்
காலையிலிருந்து
என்னை ஆக்கிரமித்துள்ளன.
ஒன்று
'வாடிக்கை மறந்ததும் ஏனோ...
என்னை வாட்டிட ஆசை தானோ?
படம் 'கல்யாணப் பரிசு
இசை :AM ராஜா.
இரண்டு :'முத்தாரமே உன் ஊடல் என்னவோ..
சொல்லாமல் தள்ளாடும் உன் உள்ளம் என்னவோ.'
படம்: ரங்க ராட்டிணம்.
இசை: V. குமார்.
இப்படித்தான் இளையராஜாவும் கூட சுதர்சனம்,
சுப்பையா நாயுடு,
விஸ்வநாதன்— ராமமூர்த்தி என யார் யார்
இசையையோ ரசித்திருப்பார்.
இளையராஜா
மிகப் பெரும் சாதனையாளர்.
மறுப்பதற்கில்லை.
ஆனால் இந்த உலகம்
சாதனையால்
இயக்கப்படுவதில்லை.
ரசனையால் இயக்கப்படுவது.
இதை
இளையராஜாவே
ஒத்துக்கொள்வார்.

பயில்வான் எழுதிய கவிதை

எங்கள் ஊரில்
ஒரு பயில்வான் இருந்தார்.
நன்றாக கவிதை எழுதுவார்.
சின்ன வயதில் எனக்கும் அவரைப் போல்
எழுத வேண்டுமென்று ஆசை.
ஒருநாள் அவரிடம் சென்று கேட்டேன்
"நானும் உங்களைப் போல் கவிதை எழுத வேண்டும்.
அதற்கு என்ன செய்ய வேண்டும்?
என்னை ஒரு தட்டு தட்டிவிட்டி சொன்னார்.
'என்ன மாதிரி உடம்ப நல்லா வைச்சிக்கணும்'.
'பாத்தியா?'
கையை மடக்கிக் காட்டினார்.
அவர் ஆலோசனையின்படி
அன்றிரவு நிறைய சாப்பிட்டேன்.
மறுநாள் கண்ணாடியில் பார்த்தேன்.
அப்படியேதான் இருந்தேன்.
அப்பாவின்
பணி மாற்றல் காரணமாக
அந்த ஊரிலிருந்து
கிளம்பி விட்டோம்.

இன்று என்னுடைய கவிதைகளும் பல
பத்திரிகைகளில் வருகின்றன.
கல்யாணமாகி கொஞ்சம் தொப்பை போட்டிருக்கிறது.
மற்றபடி
பயில்வானாகவெல்லாம் மாறவில்லை நான்.
'உங்கள் கவிதைக்கான உந்துதலை
எங்கிருந்து பெற்றீர்கள்?'
என்பவர்களிடம்
இப்போதும் சொல்கிறேன்.
"பயில்வான் கவிதைகளிலிருந்து"

ராஜாவின் ராஜதுரோகம்...

இப்போதெல்லாம் இளையராஜாவை
எனக்குப் பிடிப்பதில்லை.
காரணம் வெகு சிம்பிள்.
நிறைய பேரை
தூங்க வைத்தவர் அவர்.
இவ்வளவு
மக்கள் தொகை உள்ள நாட்டில்
அனைவரும்
உழைக்க வேண்டாமா?
பொருளாதாரம்
பெருக வேண்டாமா?
இப்படி பாட்டு கேட்டுக் கொண்டு
ஆட்டம் போட்டுக் கொண்டிருந்தால்
நாடு விளங்குமா?
அரசாங்கம்
இது குறித்து
விசாரணை நடத்தினால் தேவலை.

இடைப்பட்ட காலம்

ஒருவரைப் பற்றித் தெரியாமல்
எப்படி அவரிடம் பழகுவது?
ஒருவரைப் பற்றி
தெரிந்து கொண்டபின்
எப்படி அவரிடம் பழகுவது?

என் பெயர் கூட தெரியாது அவர்களுக்கு

கவிதை எழுதுவதோடு
என் வேலை முடிந்தது.

அதற்கு மேல்
ஒரு சின்ன வேலை கூட
செய்யத் தெரியாதெனக்கு.

சந்தேகமிருந்தால்
என் சக கவிஞர்களிடம்
கேட்டுப் பாருங்கள்.

வேறொன்றுமில்லை

தியானம் செய்துவிட்டு கவிதை எழுதுவதற்கும்
தண்ணியடித்துவிட்டு கவிதை எழுதுவதற்கும்
ஒரே வித்யாசம்தான்.
தியானம் செய்பவனின் கவிதை
தலைக்கு மேலே பறக்கும்.
தண்ணியடிப்பவனின் கவிதை
தொண்டைக்குக் கீழே இறங்கும்.

முதலில் அப்படித்தான் இருக்கும்

நான் ஐந்தாவது படிக்கும்போது
உடன் படித்தவனொருவன்
என் முதுகில் குத்தினான்.
செம வலி.

அப்பா
அவன் அப்பாவிடம்
சண்டைக்குப் போய்விட்டார்

'புள்ளைய வளத்து வச்சிருக்கான் பாரு.'
அன்றிலிருந்து இன்றுவரை
பல பேர்
என் முதுகில் குத்திவிட்டனர்.
வலிப்பதே இல்லை இப்போது.

மன்னரின் சந்தேகம்...

'ஓடி ஓடி உழைக்கணும் 'என்று உற்சாகமாகப் பாடுகிறார்
புரட்சித் தலைவர்
(என்ன புரட்சி செய்தாரோ?).
எனக்கு ஒரேயொரு சந்தேகம்தான்:
ஓட வேண்டுமா?
உழைக்க வேண்டுமா?

லூஸு நகரம்

பெரும்பாலான ஊர்களில்
மக்கள் நடக்கிறார்கள்.
சில ஊர்களில் ஓடுகிறார்கள்.
இந்த ஊரில் மட்டும்தான்
எல்லோரும்
ஒரு மாதிரியாகச் சிரிக்கிறார்கள்.

கேட்டுப் பாருங்கள்

நாம் இளையராஜாவைக் கேட்கிறோம்.
இளையராஜாவோ
ரமணரைக் கேட்கிறார்.
ரமணரோ
உன்னை நீயே கேட்டுக் கொள் என்கிறார்.

கழற்றியவர் வரலாறு

ஒருவன் 24 மணி நேரமும்
செருப்பணிந்து கொண்டிருக்க முடியாது.
உதாரணத்துக்கு
உறங்கும் போது
கழற்றித்தானேயாக வேண்டும்.
செருப்பைக் கழற்றுபவர்களைக் கண்டு
வியந்து போய் நிற்கிறேன்.

அமைதி காண்...

தியானம் பற்றி சில குறிப்புகள் தருகிறேன்.
பீட்டா, ஆல்ஃபா, தீட்டா, டெல்டா என்ற ரீதியில்
உயிர் சக்தி இயங்கிக் கொண்டிருக்கிறது.
மனதின் அலைச்சுழல் 14 Hzhக்கு மேலே போனால்
பீட்டா.
சாதாரண விழிப்பு நிலையில் நம்மில் பெரும்பாலோர்
இந்த நிலையில்தான் உள்ளோம்.
8 வந்தால் ஆல்ஃபா.
5 என்றால் தீட்டா.
அதற்கும் கீழே டெல்டா.
குறையக் குறைய சமாதி நிலை.
தியானம் என்பது அலைச்சுழலைக் குறைப்பது
ஆனால் தூங்கி விடாமல் இருப்பது.
ஜோடியாக, கூட்டாக, குழுவாகவெல்லாம்
தியானம் செய்யமுடியாது.
தண்ணியடித்தால், சிகரெட் பிடித்தால்,
பெருந்தீனி தின்றால்,
மணிக்கணக்காக கடலை போட்டுக் கொண்டிருந்தால்
தியானம் கை கூடாது.
சும்மா இருக்க வேண்டும் —
நாள் கணக்காக
மாதக் கணக்காக
வருஷக் கணக்காக....
ஆல்ஃபா அலைக்கு
வர முடிந்தாலே
கில்லாடிதான்.

Online வகுப்புகள் இன்று முதல் ஆரம்பம்

நவீன கவிஞர்களே
நவீன கவிஞர்களே
நல்ல கவிதைகள்
எழுத வேண்டுமா நீங்கள்?

முதலில் *fb* வாயிலாக *friend request* கொடுங்கள் எனக்கு.

(*Profile lock* ல்தான் இருக்கும்)

இப்போது கவிதை எழுத
தயாராகி விட்டீர்கள்.

நவீன கவிதையின் முன்னோடிகளை,
பிதாமகர்கள் என கருதப்படுவோர்களை,
அல்டாப் பேர்வழிகளை
அனைவரையும்
வணங்கிக் கொள்ளுங்கள்.

அவர்கள் எழுதிய கவிதைகள்
ஒன்று கூட படிக்க வேண்டாம்.
நேராக
என் time line க்கு வந்து விடுங்கள்.
அவ்வளவுதான்.
இந்த மே மாதம் மட்டும்
62 கவிதைகள் எழுதியிருக்கிறேன்.
படித்துப் பாருங்கள்.
ஒரு பைசா செலவில்லை.
Like, love என்றெல்லாம் போட்டு
உங்கள் நேரத்தை வீணடிக்காதீர்கள்.
ஜூன் மாதமும்
கவிதை எழுதத்தான் போகிறேன்.
இதைவிட ஒரு குறுக்கு வழியை
யாரும் உங்களுக்குச் சொல்லித்தர முடியாது..

தேகம் காண்பவன்...

இந்த ஊரில்
பலம் பொருந்தியவர்கள்
நிறைய பேர் இருக்கின்றனர்.
பயில்வான்கள்
நிறைய பேர் இருக்கின்றனர்.
எனக்கோ
ஒற்றை நாடி தேகம்.
பனிக்காலத்தில்
மூச்சு விட சிரமமாயிருக்கிறது.
வெயில் காலத்திலோ
உடலில் கொப்பளங்கள்.
எப்படியெப்படியோ
காபந்து பண்ண வேண்டியிருக்கிறது
இந்த உடலை.
கராத்தே, குங்க்ஃபூ எதுவும் தெரியாதெனக்கு.
ஓட்டப் பந்தய வீரனல்லன் நான்.
அதிக பளு தூக்குவதெல்லாம் சரிப்படாது.
மூச்சு பிடித்துக் கொள்ளும்.
உடலை வில்லாக வளைக்கின்றனர் பலர்.
எனக்கு
கொஞ்சூண்டு யோகாசனம் தெரியும்.
அவ்வளவுதான்.
கைவிரல்களைப் பார்க்கிறேன்.
கார்ப்போஹைட்ரேட்டுகளின்
குறைபாடு காண்கிறேன்.

தபசியின் எதிர்காலம்

வருங்காலத்தில்
செயற்கை நுண்ணறிவு வாயிலாக
கவிதை எழுதப்படும் என்கிறார்கள்.

இது என்ன கதையென்றால்
நான் இதுவரை எப்படியெல்லாம்
கவிதை எழுதினேனோ
அதையெல்லாம் ஒரு ரோபோவிடம்
தந்து விடுவது.

மேலும் சொற்களின் Data base ஐயும் அதனிடம்
கொடுத்து விடுவது.
அது என்ன செய்யுமென்றால்
ஓ தபசியா இது இந்த ஆள்
இப்படித்தான் கவிதையெழுதுவான் என
ஒரு pattern ஐ உருவாக்கும்.
கவிதைகளாக எழுதித்தள்ளும்.

நான் விரல் சூப்பிக்கொண்டு உட்கார்ந்திருக்கலாம்.

திமிர் பிடித்தவர்கள்

இப்போதெல்லாம் பையன்களை விட
பெண்பிள்ளைகளே திமிராக இருக்கிறார்கள்.
பெண்பிள்ளைகளைவிட அவர்கள் அம்மாக்கள்.
அம்மாக்களை விட அடியாட்கள்.
அடியாட்களை விட அரசாங்கம்.

இது நிஜம்

'நான் சொல்வதெல்லாம் பொய்
பொய்யைத் தவிர வேறெதுவுமில்லை'
என்று சொல்லி
கவிதையெழுதுகிறான் நம் கவிஞன்.
அவனை நம்பாதீர்கள்.
அவன் சொல்வதெல்லாம் பொய்.

நீர் நிறைந்த ஏரி

நிறைய எழுதிவிட்டேன்.
இரவு பகல் பாராது மலையேறிய காலமது.
ஏரியில் நீர் இருந்தது.
கொக்குகள் பறந்தன.

இன்றோ புதிதாகச் சொல்ல எதுவுமில்லை என்னிடம்.
யாருக்கும் ஆட்டோகிராப் போட்டுக் கொடுத்ததில்லை.
யாருடனும் சேர்ந்து
ஃசெல்பி எடுத்துக் கொண்டதில்லை.

தபசியின் தேர்ந்தெடுக்கப்பட்ட கவிதைகள் என
300 பக்க தொகுப்பொன்று கொண்டுவரலாம்தான்.
செய்ய மாட்டேன்.
என்னைப் பொறுத்த வரை
எல்லாமே தேர்ந்தெடுத்த கவிதைகள்தாம்.

மலை சின்னதாகிவிட்டது.
நீர் வரத்தும் குறைவே.
கொக்குகள் எங்கே போயின என்றே தெரியவில்லை.

என் கவிதைகள் அனைத்தும்
உங்கள் முன் சமர்ப்பிக்கிறேன்.

விருப்பமிருந்தால்
என்னோடு சேர்ந்து
ஒரு ஃசெல்பி எடுத்துக் கொள்வதில்
எந்த ஆட்சேபணையுமில்லை எனக்கு.

மத்தளம்

ஆணும் பெண்ணும் சமமென்றால்
ஆண்கள் முறைக்கிறார்கள்.
சமமில்லை என்றால்
பெண்கள் போர்க்கொடி தூக்குகிறார்கள்.
சமம் சமமில்லை என்றெல்லாம் இல்லை
ஒருவருக்கொருவர் இணை தான் என்றால்
ஆமாம் பெரிய உலக மகா தத்துவம்
என முகத்தைத் திருப்பிக்கொண்டு போகின்றனர்
இருவரும்.

ஜான் கீட்ஸ் ஆதவனைச் சந்தித்ததில்லை

ஆறாம் வகுப்பு வரை
தமிழ் வழிக் கல்விதான் பயின்றேன்.
இளங்கலை முதுகலை ஆங்கில இலக்கியம் படித்தேன்.
ஷேக்ஸ்பியர், ஜேன் ஆஸ்டின்,
ஆலிவர் கோல்ட்ஸ்மித், ஹெமிங்வே, டி. எஸ் எலியட்,
ராஜா ராவ் எல்லோரும் வந்தனர்.
இலக்கியப் பரிச்சயம் வந்தது.
நானே சுயமாக கவிதை எழுதினேன்.
திருவள்ளுவர், ஒளவையார், பாரதி படித்தேன்.
கண்ணதாசன், வாலி, பட்டுக்கோட்டை கேட்டேன்.
எந்தப் பத்திரிக்கையும்
என் கவிதைகளைப் பிரசுரிக்கவில்லை.
எமிலி டிக்கின்ஸன் ஞாபகம் வந்தது.
லா.ச.ரா, அசோகமித்திரன், சா.கந்தசாமி வாசித்தேன்.
தொகுப்புகள் வெளியிட்டேன்.
சிலர் பாராட்டினர்.
கவிதைகள் சிலவற்றை யாரோ மொழி பெயர்த்தனர்.
ஆக தமிழும் ஆங்கிலமுமாக ஒரு வாழ்க்கை.
இப்படிச் சொன்னால் சரியாக இருக்கலாம்.
ஆங்கில இலக்கியம் சோறு போடுகிறது.
தமிழ் நவீன கவிதை வைத்துக்கொண்டு
பர்கர், நூடுல்ஸ் தயார் செய்து கொண்டிருக்கிறேன்.

பைபிள் சொல்லாத கதை

ஏவாள் ஆப்பிளைக் கடித்தாள்.
முதல் பாவம்.
அந்த ஆப்பிளை
ஆதாம் கடித்தான்.
அடுத்த பாவம்.
இரண்டுக்கும்
ஏதோ ஒரு விதத்தில்
மன்னிப்பு கிடைத்திருக்கும்.
ஆதாம் ஏவாளை
கடித்தான் பாருங்கள்.
அன்று தொடங்கியது
மகா பாவம்.
இன்றளவுக்கும்
கடைத்தேற வழி தெரியவில்லை.

உன்னால் முடியும் தம்பி

சுய முன்னேற்ற நூல்கள் சொல்கின்றன.
'உங்களுக்குள்
உறங்கிக் கிடக்கும் சிறுத்தையை எழுப்பிவிடுங்கள்'.
முயற்சி செய்து பார்த்துவிட்டேன்.
ஒன்றும் நடக்கவில்லை.
நரி, முயல், பாம்பு என
ஏதேதோ விழித்துக் கொள்கின்றன.
சிறுத்தையைக் காணோம்.
ஒரு முறை
சிங்கம் கூட எழுந்து கொண்டது.
கர்ஜனை செய்துவிட்டு
மீண்டும் படுத்துக் கொண்டது.
மேலும்,
உறங்குபவர்களை எழுப்புவது பாவமில்லையா?
எனதருமை சிறுத்தையே,
நன்றாக உறங்கு.
அவர்கள் கிடக்கிறார்கள்.

உடனிருப்பது

நேற்று பேருந்து நிலையத்தில் நின்றிருந்தேன்.
என்னருகே ஒருவர் வந்தார்.
வயதானவர்.
சித்தர் தோற்றம்.
"உனக்கு என்ன பிரச்சனை? என்றார்.
"எனக்கா... ஒன்றுமில்லையே?"
"பின் ஏன் இப்படி இருக்கிறாய்?"
"நன்றாகத்தானே இருக்கிறேன்" என்றேன்.
ஒரு கணம்
என்னையே உற்றுப் பார்த்தார்.
ஏதோ சொல்ல வந்தார்.
போய்விட்டார்.
அவர் சென்ற பிறகுதான்
என் பிரச்சனை
எனக்குப் புரிய ஆரம்பித்தது.
இனி ஒன்றும் செய்வதற்கில்லை.
அவர் வரமாட்டார்.

நீள் இரவு...

இந்தக் கிரிக்கெட் போட்டி
நீண்டுகொண்டே செல்கிறது.....
பாவனாவின்
கை விரல்கள் அதை விட...

No more friend request

இப்போதெல்லாம்
புதிய நட்பு அழைப்பு எதுவும் விடுப்பதில்லை நான்.
வந்தால் ஏற்றுக் கொள்வேன்.
யார் மீதும்
நம்பிக்கை வைப்பது வீண்
எனப் புரிந்துகொண்டேன்.
காதலர்களைப் பார்த்தால்
பரிதாபமாக இருக்கிறது.
கவிஞர்களைக் கண்டால்
அதை விட.
குழுவாக இருந்தால் பேசலாம்.
சிரிக்கலாம்.
ஐஸ்கிரீம் சாப்பிடலாம்.
மற்றபடி பெரிதாக எதுவுமில்லை.
ஏசுவைப் போல்
என் சுமையை நான்தான் சுமக்க வேண்டும்.
55 வயதில்தான் கண்டுபிடிக்கிறேன்
இந்த உண்மையை.
நான் மிகுந்த நம்பிக்கை வைத்திருந்தவர்கள்
என்னைக் கைவிட்டனர்.
ஒரு சிறு புன்னகையை
எனக்குப்
பரிசாக அளித்திருக்கலாம் அவர்கள்.
ஒன்றுமே சொல்லாமல் செல்கின்றனர்.
என் கவிதைப் புத்தகங்களை அடுக்கி வைக்கிறேன்.

யார் மீதும் நம்பிக்கை வைப்பது வீண் எனப்
புரிந்து கொண்டேன்.
எனினும்
என் மீது ஏற்றப்படும் நம்பிக்கையை
ஒரு போதும்
புறக்கணிக்கமாட்டேன்.

வியூகம்

வேகப் பந்து வீச்சாளர்களிடம்
யார்கர் இருக்கிறது.
பௌன்சர் இருக்கிறது.
ஃபுல் டாஸ் இருக்கிறது.
இன் ஸ்விங் இருக்கிறது.
அவுட் ஸ்விங் இருக்கிறது.
சுழல் பந்து வீச்சாளர்களிடம்
கூக்லி இருக்கிறது.
கேரம் பால் இருக்கிறது.
ஒரு மட்டைவீச்சாளன்
ஒவ்வொரு பந்தையும்
கணிக்க வேண்டியிருக்கிறது.
அடித்து ஆட வேண்டுமா
தடுத்து ஆட வேண்டுமா
விலகி ஆட வேண்டுமா
என்பதெல்லாம் கணத்துக்குக் கணம் மாறுபடுகிறது.
நாற்பதாயிரம் பேர்
பார்த்துக் கொண்டிருக்கிறார்கள்.
லட்சக் கணக்கானோர் நேரலையில்.
ஒரு பந்து வீசப்படுகிறது.
ஒரு பந்து காணாமல் போகிறது.

மரியாதைக்கு வந்தனம்...

ஒரு நீச்சல் வீரனுக்கு என்ன தேவை?
நீச்சல் குளம், குட்டை,
ஏரி, ஆறு, கடல்...
நீங்கள் என்ன காட்டுகிறீர்கள்?
குளியல் தொட்டி, வாஷ் பேசின்,
ஒரு டம்ளர் நீர்...
இதைவிட எப்படி ஒருவனை சிறுமைப்படுத்த முடியும்?
நான் சொல்வது புரிகிறதா உங்களுக்கு?
Roll call லில் பெயர் வாசித்து
மரியாதை செய்யும்
உங்கள் வழக்கத்தை
இத்துடன்
நிறுத்திக் கொள்ளுங்கள்.
அதோ பாருங்கள்,
உங்கள் பேச்சைக் கேட்டு
டம்ளர் தண்ணீரில் குதித்தவன்
மூழ்கிக் கொண்டிருக்கிறான்...

Lan Next கவிதைகள்

என்னுடைய கவிதைகளை
வேறு மொழிக்கு எடுத்துச் செல்லும்
மொழி பெயர்ப்பாளர்கள்
வரவேற்கப்படுகிறார்கள்.
பி.கு: தமிழில் பருப்பு வேகவில்லை.

24 × 7 அனுமதி

விட்டால்
நாள் முழுக்க
நவீன கவிதையுடனேயே இருப்பேன்.
யார் விடுகிறார்கள்?
நவீன கவிதைக்கும்
இது புரியாமலில்லை.

அது சொல்கிறது
"எப்போது நேரம் கிடைக்கிறதோ,
அப்போது வா...
சௌகரியமாக
இருந்து விட்டுப் போ"

கயிறு

அவர்கள் அந்தப் பக்கம் இருக்கிறார்கள்.
நாம் இந்தப் பக்கம் இருக்கிறோம்.
நடுவில் கடல் எதுவும் இல்லை.
எனவே ஒன்றாக இருப்பதாகவே கருதப்படுகிறோம்.
அவர்கள் ஒரு மொழி பேசுகிறார்கள்.
நாமோ வேறொரு மொழி பேசுகிறோம்.
அவர்கள் கலாசாரம் வேறு.
நம் கலாசாரம் வேறு.
அவர்கள் உணவு, உடை, நம்பிக்கைகள் வேறு.
நம் உணவு, உடை,
நம்பிக்கைகள் வேறு.
கயிறு கட்டி இழுத்துப் பிடித்து வைத்திருக்கிறார்கள்
நம்மை.
எல்லோரும் ஒன்று
எல்லோரும் ஒன்று என்று
மேடையில் முழங்குகிறார்கள்.
சகோதரரே என நம்மை
ஆரத் தழுவுகின்றனர்.
நம்முடைய மரபு போல் உண்டா என்றெல்லாம்
பெருமையாகப் பேசுகின்றனர்.
என்றாலும்
என்றாலும்
அவர்கள் வேறு,
நாம் வேறல்லவா?

மூன்றாவது கவிதை

இரண்டு கவிதைகளுக்கு வாய்ப்பிருக்கிறது இன்று.
ஒன்று செங்கோல் பற்றியது.
இரண்டு
IPL இறுதிப்போட்டி பற்றியது.
இரண்டு குறித்தும்
எழுதப் போவதில்லை நான் .
மாலையில்
ஆணியன் பஜ்ஜி போட்டுத் தருவதாக
சொல்லியிருக்கிறாள் மனைவி.
பஜ்ஜி
பக்குவமாக வர வேண்டும்.
சட்னியும் அவசியம்.
ஒரு ஞாயிற்றுக்கிழமையை
இதைவிட எளிமையாக்க
வேறு வழி தெரியவில்லை.

ஒருவனாக இருப்பது...

உலகில் நாலு நல்லவர்கள் இருந்தால்
நானூறு கெட்டவர்கள் இருப்பார்கள் போலும்.

(யார் நல்லவர் யார் கெட்டவர் என வரையறுக்குமாறு
கேட்டு என்னைக் கடுப்பேற்றாதீர்கள்)

இந்த 399 பேர் கண்ணில் மிளகாய்ப் பொடி தூவி விட்டு
அந்தப் பக்கம் போய்விடலாம் என்று பார்த்தால்
இவன் விட்டாலும்
அந்தப் பக்கம் இருப்பவன்
விட மாட்டான் போலிருக்கிறது.

இன்னொரு சங்கடமும் இருக்கிறது.
எப்படியாவது கஷ்டப்பட்டு
அங்கு போனால்
அங்கிருந்து ஒருவன்
இங்கு வந்தாக வேண்டும்.
அந்தப் பாவம் வேறு நமக்கு.

ஆக
404 பேரில் ஒருவனாக இருந்து
சின்னப்பட வேண்டியதுதானா ?

கேதார் ஜாதவ் கிரிக்கெட் கிளப்

எங்கள் ஊரில் மூன்று கிரிக்கெட் அணிகள்.
முதல் அணிக்கு
தல தோனியின் பெயர்.
இரண்டாவது
கோலி அணி.
மூன்றாவது அணிக்கு
என்ன பெயர் வைப்பது என்று
குழம்பிக் கொண்டிருந்தபோது
நான் சொன்னேன்
'கேதார் ஜாதவ் அணி.'
அனைவரும் என்னை
வியப்பாகப் பார்த்தனர்.
அணிக்கு நானே கேப்டன்.
எங்கள் தலைவன் கேதார் ஜாதவ் புகைப்படத்தை
சட்டைப் பையில் வைத்துக் கொள்ளுமாறு
அணியினருக்கு உத்தரவு போட்டேன்.
கேதார் ஜாதவ் ஆடிய போட்டிகளின்
வீடியோ தொகுப்பை
திரும்பத் திரும்ப பார்த்தோம்.
ஹிந்தி தெரிந்த
ஒருவன் மூலமாக
கேதார் ஜாதவுக்கு கடிதம் எழுதி
எங்கள் அணியின் புகைப்படத்தையும்
அனுப்பி வைத்தோம்.
போட்டி தொடங்கும்
நாளும் வந்தது.
மட்டையைச் சுழற்றியபடி
மைதானத்துக்குள் இறங்கினேன் நான்.

செங்கோல் ஏந்துபவர்கள்

எனக்கென்னவோ
செங்கோல் என்பது
மன்னர்கள் டென்ஷன் ஆகும் போதெல்லாம்
பற்றிக் கொள்ளும்
ஒரு கருவியாகத்தான் தெரிகிறது.
அதற்கும் நேர்மையான ஆட்சிக்கும்
என்ன சம்பந்தம் என்று புரியவில்லை.
நானும் அவ்வப்போது
டென்ஷன் ஆகத்தான் செய்கிறேன்.
ஒரு வழியாக சமாளித்துக் கொள்கிறேன்.

பெருங்கூட்டம்

இன்றைய இளைஞர்களை
நான்கு வகையாகப் பிரித்துக் கொள்கிறேன்.
முதல் வகை.
உருகி உருகி காதலிப்பவர்கள்.
இதைத்தான் கால காலமாக பார்த்து விட்டோமே,

அடுத்தது
போட்டித் தேர்வுக்குத்
தயாராகும் குரூப் .
'சென்னை எனக்கு
திருப்பதி உனக்கு' என்ற
பழைய குப்பையெல்லாம் கிளறிப் படிக்க வேண்டும்.

மூன்றாவது வகை
பணம் பண்ணும் பையன்கள்.
லேசில் விடமாட்டான்கள்.
(வேகமாக வாகனமோட்டுபவர்களையும் இதிலேயே
சேர்த்துக் கொள்ளலாம்.)

இந்த நாலாவது வகை இருக்கிறதே
இவர்களால்தான்
இந்த உலகம் இன்னும் சுழல்கிறது.
அடிபட்ட புலிக்கு
களிம்பு தடவிக் கொண்டிருப்பவர்கள் இவர்கள்.

காக்கா தூக்கிச் சென்றது போக...

இரண்டு கவிதைத் தொகுப்புகளை வெளியிட்டேன்.
தெரிந்தவர்களுக்கெல்லாம் பிரதிகள் அனுப்பினேன்.
பாதி பிரதிகளைச்
செல்லும் வழியிலேயே
ஏதேனும் காக்கா
தூக்கிச் சென்றிருக்கும் போல.
ஓரிருவர் நாலு வரியில்
நன்றாக இருக்கிறது என்றனர்.
உயிர் நண்பனின்
பத்திரிகைக்கு அனுப்பினேன்.
வரப் பெற்றோம் என்று கூட போடவில்லை
அந்த ராஸ்கல்.
இதற்கிடையில்
கையை வேறு
சுட்டுக் கொண்டேன்.
விமர்சனக் கூட்டம் வைக்கலாமே என்கிறார்கள்
நண்பர்கள்.
விமர்சனம் செய்யுமளவுக்கு
என் கவிதைகள் worth இல்லை என்று
எப்போதே சொல்லிவிட்டேன்.
நவீன கவிதையை

நார்நாராக கிழிக்கப் போகும்
ஒரு கவிஞனைத் தேடுகிறேன்.
அவன் என்னடாவென்றால்
'ஆத்தா சந்தைக்குப் போகணும் காசு கொடு' ரீதியில்
சினிமா பாட்டெழுதவே விழைகிறான்.
சளைக்காமல் கஸ்டமருக்கு பரோட்டா தோசை சுடும்
சமையல் மாஸ்டரைப் போல்
கவிதைகளாக எழுதித் தள்ளுகிறேன்.
யார் புறக்கணித்தாலும் கவலையில்லை.
என் கவிதையின் முதல் ரசிகனை
நான் ஏமாற்றக்கூடாதல்லவா?

அவரவர் சுமை

ஐந்து கிலோ எடையுள்ள
ஒரு பையைத் தூக்கிக்கொண்டு
ஒரு கிலோமீட்டர் நட என்றால் நடக்கலாம்.
ஆனால் இந்த வாழ்க்கை
என்ன செய்கிறது பாருங்கள்.
கனத்த மூட்டை ஒன்றைத் தலையிலேற்றி
ஓடச் செய்கிறது.

'அவனவன் கையை வீசிக்கொண்டு நடக்கிறான்
நியாயமா இது?' என்கிறேன்.
வாழ்க்கை சிரிக்கிறது.

'யேசுவையே
சிலுவை
சுமக்கச் செய்தவன் நான்
அப்படி விட்டுவிடுவேனா?' என்கிறது.

'இளைப்பாறுதல் சாத்தியமா? என்கிறேன்.

"பாரேன்... உன்னால் பிறருக்கு அதை உருவாக்க
முடிந்தால்.' என்று
சொல்லிவிட்டு மறைகிறது.

வந்தவர்கள் - நின்றவர்கள்

பேருந்து நிறுத்தத்தில் காத்திருக்கிறேன்.
யார் யாரோ வருகிறார்கள்.
கிளி ஒன்று வருகிறது.
பேருந்து ஒன்று வருகிறது.
இரு சக்கர வாகனங்கள்
கடந்து போகின்றன.
புள்ளிமான்கள் பாய்ந்தோடுகின்றன.
ஆம்புலன்ஸ் வருகிறது.
அதன் மீது கழுகொன்று பறக்கிறது.
மாவட்ட ஆட்சித் தலைவரின் வாகனம் வருகிறது.
என்னருகே வந்து
நீயும் வருகிறாயா என்று கேட்பார் என நினைத்தேன்.
அப்படியெல்லாம்
எதுவும் நடக்கவில்லை.
போயே விட்டார்.
ரோந்து வாகனம் வருகிறது.
இங்கெல்லாம் நிற்கக் கூடாது அந்தப் பக்கம் போ
என்கிறது.
பேருந்து ஒன்று வருகிறது.
அதுவும் நிற்காமல் போகிறது.
யானைகள் வருகின்றன.
டாஸ்மாக் சரக்கு வாகனம் வருகிறது.
பெட்ரோல் டேங்கர்கள் வருகின்றன.
என்னோடு
கரடி ஒன்றும் காத்திருக்கிறது.

இது போதுமா?

ஏசுவுக்கும் எனக்கும்
குறைந்தது
ஆறு வித்தியாசங்கள் உள்ளன என்பதை
நேற்றுதான் கண்டுபிடித்தேன்.

அதில் ஒன்று மட்டும்.

அவர், மலைப் பிரசங்கி;
நானோ, அதிகப் பிரசங்கி.

வாழ்வது எப்படி?

மூன்று முறைக்கு மேல்
ஒரு செயலில் தோல்வியடையலாகாது என்கிறான்
நண்பன்.
அவனிடம் சொல்கிறேன்
"அடேய், முந்நூறு முறை
தோற்று விட்டேன் நான்"
'வெற்றி தோல்வி என்று பேசுகிறாயே
வெட்கமாய் இல்லை உனக்கு'
என்று கேட்காத குறைதான்.
பணம் சம்பாதிப்பது எப்படி?
தன்னம்பிக்கையை வளர்த்துக் கொள்வது எப்படி?
உறவுகளை சீரமைத்துக் கொள்வது எப்படி ?
என்றெல்லாம் எழுதித் தள்ளுகிறார்கள்.
படிக்கும் போது தேனாய் இனிக்கும்.
பைசாவுக்கு உதவாது.
நான் வள்ளுவரை மட்டும்தான் வாசிக்கிறேன்.
அவர் ஒருவர்தான்
வாழ்வது உன் சமர்த்து என்று சொல்லி
முடித்துக்கொள்கிறார்.

பவுடர் பூசிவிடுபவர்கள்

இதுவரை எந்தச் சேனலிலும்
தலை காட்டியதில்லை நான்.
ஒரேயொரு முறை
ஒரு சேனலில்
செய்தி வாசிக்க கூப்பிட்டார்கள்.
வேறு செய்திகளே இல்லையா என்றேன்.
வெளியே அனுப்பிட்டார்கள்.
நண்பர்கள் பலரும்
நீயா நானாவுக்கு
போய் வந்துவிட்டார்கள்.
நான் என்ன திமுக அபிமானியா
இல்லை பாஜக தலைவனா
வெறித்தனமாக
வாக்குவாதம் செய்ய.
50 வயதுக்கு மேற்பட்டோருக்கான
பாட்டுப் போட்டியை
எந்தச் சேனலும்
நடத்துவதாய்த் தெரியவில்லை.
இருந்தால்
தொண்டையைக் கனைத்துக் கொண்டு
"கடவுள் ஏன் கல்லானார்
மனம் கல்லாய்ப் போன மனிதர்களாலே"
பாட ஆரம்பித்துவிடுவேன்.

வசனகர்த்தா

நவீன கவிஞர்களெல்லாம் சேர்ந்து
ஒரு நாடகம் போட்டார்கள்.
எனக்கும் ஒரு வசனம்.
கடவுள் வருவாரா கடவுள் வருவாரா
என்று கேட்க வேண்டும்.
வசனம் மறந்துவிடக் கூடாதே என்பதற்காக
கையில் பைபிள் வைத்துக் கொண்டேன்.
பயங்கர கூட்டம்.
ஒருவர் முகம் ஒருவர் பார்க்க முடியாத இருட்டு.
நாடகத்தை
வெகுவாகப் பாராட்டினார்கள் அனைவரும்.
என் ரோல் பற்றி
யாருக்குமே தெரியவில்லை.
கடவுள் வருவாரா இல்லையா என்பது ஒரு புறம்
இருக்க
நவீனக் கவிஞர்கள்
கையில் ஏன்
பைபிள் வைத்திருக்கக் கூடாது என்று
தோன்ற ஆரம்பித்துவிட்டது எனக்கு.

வீடு பேறு

வீட்டை விட்டு
வெளியேறிச் செல்கிறேன்.
உடலில்
மண் அப்பிக்கொள்கிறது.
ஆகாயத்திலிருந்து
நீர் தெளிக்கப்படுகிறது.
காற்றுதான் எவ்வளவு ஆனந்தம்.
இந்த நெருப்பிருக்கிறதே,
அடடா...
நெருக்கடியில்லாத வாழ்வு..
வீடு திரும்ப மனமேயில்லை.

எதிர் படுவது

நான்
தினமும் பயணம் செய்கிறேன்.
சாலையைக் கடக்கிறேன்.
பாலங்களைக் கடக்கிறேன்.
சிக்னலைக் கடக்கிறேன்.
மரம் செடி கொடிகளைக் கடக்கிறேன்.
தீவுகளைக் கடந்து செல்கிறேன்.
எல்லா இடங்களிலும்
மனிதர்கள் இருக்கின்றனர்.
அவர்களைக் கடப்பது தான்
பயணத்தைச் சுவாரசியமாக்குகிறது.

வாடி ராசாத்தி

IAS தேர்வில்
முதல் நான்கு இடங்களைப்
பெண்கள் பிடித்துவிட்டனர்.
இந்தப் பையன்கள்
என்னதான் செய்கிறார்கள்?
அடுத்த ஆண்டு நடைபெறும் தேர்தலில்
நாடாளுமன்ற உறுப்பினராகி
இந்தப் பெண்களை
விரட்டலாம் என நினைக்கிறார்கள் போலும்.
useless fellows...

சமர்த்துப் பிள்ளை

அரசாங்கம் நமக்கெல்லாம் தாய்.
நம்மை ஒழுங்குபடுத்துவதுதானே
அதன் வேலை.
படுக்கையிலிருந்து நம்மைஎழுப்பிவிடுகிறது அது.
பல் தேய்த்துவிடுகிறது.
குளிப்பாட்டுகிறது.
ஆடை அணிவித்து
அழகு பார்க்கிறது.
அடம் செய்தால்
அடி பின்னியெடுத்துவிடும்.
அழுதாலோ
'வாய மூடு' என்று கத்தும்.
சொல் பேச்சு கேட்காவிட்டால்
அம்மாவுக்குக் கோபம் வராதா பின்னே ?
நமக்கு மட்டும்
அம்மாவை விட்டால்
வேறு யார் இருக்கிறார்கள் ?
அம்மாவின்
முந்தானையைப்
பிடித்துக் கொண்டு
சுற்றி சுற்றி வருகிறோம்.
அம்மா வயிறார உணவிட்டாலும்
இரவில் நமக்குப் பசிக்கிறது.
மெல்லிய குறட்டை விடும் அம்மாவை
எழுப்ப முடியாது.
பார்க்கிறோம்.
கட்டை விரலை சூப்பியபடி
உறங்கிப் போகிறோம்.

2000 ரூபாய் நோட்டின் கதை

எதற்கு வந்தது என்றே தெரியவில்லை.
திடீரென 1000 ரூபாய் மதிப்பிழந்து போக
அடித்து பிடித்துக்கொண்டு ஓடினோம் மாற்ற.
140 ரூபாய் பொருள் வாங்கிவிட்டு 2000 ரூபாய்
நோட்டை முதன்முதலாக
கொடுத்த போது கடுப்பாகப் பார்த்தார் கடைக்காரர்.
பின் வந்த காலங்களில்
நானே சுதாரித்துக் கொண்டேன்.
சம்பந்தமேயில்லாமல் 1500, 2000 ரூபாய்க்கு பொருட்கள்
வாங்கினேன்.
அதுவரை பச்சை, நீலம் ரூபாய் நோட்டுகள்தான்
பார்த்திருந்தோம்.
இது ஏதோ புது கலரில் .
தெரியாத்தனமான சட்டை பாக்கட்டில் வைத்து
வாஷிங் மிஷினில்
போட்டு விட்டேன் ஒருநாள்.
சட்டென சுதாரித்துக் கொண்டு எடுத்த போது
பாதி சாயம் போன மாதிரியும் இருந்தது.
ATM போனால்
2000 மட்டும்தான் வரும்.
பக்கத்து மிஷின்காரன்
500ஆக எடுத்துக் கொண்டிருப்பான்.

எவனோ
I love you என்று heart in symbol வரைந்த நோட்டு ஒன்று
கைக்கு வந்துவிட்டது ஒரு முறை.
அதை மாற்றிவிடுவதற்குள் போதும் போதும்
என்றாகிவிட்டது.
50 ரூபாய் கூட
மொய் பெறத் தகுதியில்லாதவனுக்கெல்லாம்
2000 ரூபாய் அழுதிருக்கிறேன்.
என்ன இருந்தாலும் 2000 ரூபாய் நோட்டு
கையில் இருந்தால்
ஒரு கெத்து இருக்கத்தான் செய்தது.
எப்படியோ ஒரு வழியாக கதையை முடித்துவிட்டீர்கள்.
பிறப்பு 2016 இறப்பு 2023 எனப் போட்டால்
பார்ப்பவர் கண்ணில் கண்ணீர் வரத்தானே செய்யும்
பிரதமர்வாள்?

வாயைக் கிளறாதீர்கள்

என்னிடம் எது இருக்கிறதோ அதைத்தானே
தரமுடியும்?
2000 ரூபாய் நோட்டு
ஒன்று கூட கைவசம் இல்லை.
மனதில் எரிச்சலும்
வாயில் வார்த்தைகளும் மட்டுமே உள்ளன.
தரலாம்தான்.
தாங்கிக் கொள்ளும் அளவுக்கு சகிப்புத்தன்மை
உள்ளதா உம்மிடம்?

இது என்ன திறந்த வீடா?

பாராளுமன்றத்தை
பிரதமர் திறக்க வேண்டுமா
குடியரசு தலைவர்
திறக்க வேண்டுமா
என்றொரு சர்ச்சை ஓடிக்கொண்டிருந்தது.
எனக்கதில் அக்கறையில்லை.
யாருக்கு அது மூடியிருக்க வேண்டும் என்று கேளுங்கள்,
சொல்கிறேன்.

எனக்கு வாய்த்தவன்

துஷ்டனைக் கண்டால்
தூர விலகு என்கிறார்கள்.
நான் விலக விலக
அவனும் விலகுகிறான்.
அப்படியொரு துஷ்டன் எனக்கு.

அவசர உதவி

இடிபாடிகளில்
சிக்கிய ஒருவனைக் காப்பாற்ற விரைகின்றனர்
தீயணைப்புப் படையினர்.
நானும்தான் அப்படி என்கிறேன்.
பிறகு வருகிறோம் என்று சொல்லிவிட்டுச்
சென்றுவிட்டனர்.

இன்று என்றொரு நாள்

என்னிடம் நாள் ஒன்று உள்ளது.
அதற்கு இன்று என்று
யாரோ பெயரிட்டிருக்கிறார்கள்.
அதற்கு எதிர்த் திசையில் வேறொரு நாளை
உருவாக்குகிறேன்.
அதை நேற்று என்றோ
நாளை என்றோ
நீங்கள் புரிந்துகொண்டால்
அதற்கு நான் பொறுப்பாளியல்ல.

ஒரு சொல் வாழ்வு

நான் ஒரு தத்துவவாதியல்ல.
கவிஞன்.
எளிமையாகவே யோசிக்கிறேன்.
ஒரே கேள்விதான் உங்களிடம். :
உங்கள் வாழ்க்கை நிறைவாக உள்ளதா?
பதில் பற்றி கூட
அக்கறையில்லை எனக்கு.
நகர்ந்து செல்கிறேன்.
நீங்கள் ஒரு தத்துவவாதியாக
இருக்கும் பட்சத்தில்
ஆம் என்றோ இல்லேயென்றோ சொல்லாமல்
வேறு ஏதோ ஒன்றைச்
சொல்லிக் கொண்டிருப்பீர்கள்.

புரியாத மொழி

நேற்று பேருந்தில்
ஒரு பெண்ணைக் கண்டேன்.
சின்னப் பெண்தான்.
ஏதோ ஒரு
பல் பொருள் அங்காடியில் விற்பனைப் பிரிவில்
வேலை செய்கிறாள் போல.
கைபேசியில் கியா கியா என்று
பேசிக் கொண்டிருந்தாள்.
கியா கியா என்று அவள் பேசியது ஹிந்தியில் அல்ல,
ஒரு மாதிரியான தமிழில்தான்.
'அதுதான் இரண்டு வருஷத்துக்கு முன்
முடிந்துவிட்டதே இப்போது ஏன் மீண்டும்
ஆரம்பிக்கிறார்கள்' என்றாள்.
'நான்தான் அண்ணன்னு கூப்பிட்டுட்டேனே அப்புறம்
ஏன் இப்படிச் செய்கிறான் பைத்தியமா அவன் '
என்றாள்.
அவள் எதிர் கொள்ளப்போகும் வாழ்க்கையை
நினைத்தால்
கொஞ்சம் பயமாகத்தான் இருந்தது.
எனக்கும் முன்பே
இறங்கிப் போய்விட்டாள்
கியா கியா பெண்..

கவி பாடியவன்

அமிலு டுமிலு என்று ஆரம்பிக்கும்
திரைப்பட பாடலொன்றை எழுதினான்
என் நண்பன்.
பாடல் செம ஹிட் ஆனது.
நண்பர் நாங்கள் சொன்னோம் என்பதற்காக
மொட்டை மாடியில்
பீர் குடித்தபடி
அவன் எழுதிக் காட்டிய இலக்கியத் தரமான பாடல்
'மேலே மேலே போகிறேன் நானே
அப்புறம் நான்கைந்து பாடல்கள் பதிவானது.
என்ன காரணத்தாலோ
படங்கள் நின்று போயின.
வேறு சில முயற்சிகள் செய்தான்.
ஒன்றும் சரிப் படவில்லை.
இப்போது
அவன் மாமா பையனுடன் சேர்ந்து
பாண்டி பஜாரில்
ஐஸ்கிரீம் பார்லர் நடத்துகிறான்.
ஒருநாள் கடையில் சந்தித்தேன்.
என் கையைப் பிடித்துக் கொண்டான்.
"டேய்... ஒரு நூறு பாட்டுக்கு மேல
எழுதியிருக்கேண்டா...
எல்லாம் டைரியில இருக்கு..காலம் போயிடுச்சேடா.."
நான் சொன்னேன்
"விடுடா...சினிமா பாடல்னு
வெளிய சொல்லாத...
நவீன கவிதை — புதிய முயற்சின்னு சொல்லி
ஒரு தொகுப்பு கொண்டு வாடா...
பெரிய ஆளா வருவ..."

மூஞ்சி நூல்

*fb*யில் முந்தா நாள் போட்ட பதிவுக்கு
இன்று like வருகிறது.
இன்று போட்ட பதிவு
காணாமலே போக வாய்ப்புண்டு.
Timelineல் வந்து வாசிப்பவர்கள்
வெகு குறைவு.
Profile வேறு lock செய்துள்ளேன்.
250 நண்பர்கள் உள்ளனர்.
தொடர்ந்து ஏழெட்டு பேருக்குத் தான் post போகிறது.
algorithm அப்படித்தான் இருக்கும் போல.
Fb எடுத்த survey யில் கலந்து கொண்டேன்.
ஆலோசனைகளும் வழங்கியுள்ளேன்.
காபிக்கு addict ஆவது போல
இந்த fb யை வைத்து
மல்லுக் கட்ட வேண்டியுள்ளது.
கையெழுத்தில் கவிதை எழுதி
அழுகு பார்த்தவன் நான்.
இன்றோ word file ஆகத்தான் கேட்கிறார்கள்.
வேறு வழியில்லாமல் fb யில் பதிவிட்டுவிட்டு
பாதுகாக்க வேண்டியிருக்கிறது.
விலகவும் முடியவில்லை.
இருப்பதும் எரிச்சல் தான்..
ஒரு like போட்டு ஆதரவு தெரிவிக்கவும்.
ஏதோ உங்களால் முடிந்தது.

Macro Economics பேசுகிறேன்

கள்ளப் பணப் புழக்கத்தைத் தடுக்க என்னிடம்
அபாரமான சில யோசனைகள் உள்ளன.
கரன்சியை திரும்பப் பெற்றுக் கொண்டு
ஒரு ரூபாய் மட்டுமே செல்லும் என அறிவியுங்கள்.
இது அபத்தமாகத் தெரிகிறதா?
அடுத்த யோசனை.
9 ரூபாய் நோட்டு (நன்றி: தங்கர் பச்சான்),
23 ரூபாய் நோட்டு,
111 ரூபாய் நோட்டு என்று புழக்கத்தில் விடுங்கள்.
கணித மேதை ராமானுஜம் பிறந்த தேசத்தில்
அப்படி யாரும் கணக்கில் மக்காக இருந்துவிடலாகாது.
அதுவுமில்லையா?
ரூபாயை இந்திய டாலர் என்று
பெயர் மாற்றம் செய்யுங்கள்.
லட்சுமி குபேரன் படத்தை அச்சிடுங்கள்.
அரிசிப் பானைக்குள்
அரிசி மட்டுமே இருக்க வேண்டுமென
உத்தரவு போடுங்கள்.
RBI யை impact player ஆக களமிறக்கி
அடித்து ஆடச் சொல்லுங்கள்.
நான் சொல்லியிருப்பது
Tip of the iceberg தான்.
மேலும் விபரங்களுக்கு
தனியாக வந்து பாருங்கள்.

சர்ப்ப நதி

- லா.ச.ரா
  கவிதை எழுதவில்லை
  கவிதை அல்லாத ஒன்றையும்
  அவர் எழுதவில்லை

- லா.ச.ரா இறந்து
  பல ஆண்டுகள் ஆகிவிட்டன
  இன்னும் நம் கதவை
  தட்டிக் கொண்டிருப்பது யார்?

- சிவன் புகழ் பாடினால்
  போதுமா?
  அம்பாளுக்கும் வேண்டுமே பாமாலை

- வார்த்தை
  நெருப்பு
  காற்று
  நீர்
  ஆகாயம்

- கதை எழுதினாரா?
  கனவல்லவா அது

- உலகத்துக்குள் குடும்பம்
  குடும்பத்துக்குள் உலகம்

- அவருக்கு முன்னால்
  யாருமில்லை

அவருக்குப் பிறகும்
யாருமில்லை
இது அவரே சொன்னது

- சிந்தா நதி
  சிந்தனையின் கம்பீரமா?
  நளினமா?

- சாதம், சாம்பார், ரசம், மோர்
  கூட்டு, பொரியல், அவியல்
  வடை, பாயசம், பச்சடி, அப்பளம், ஊறுகாய்
  அவரே படைத்த விருந்து இது

- அவர் என்ன
  மாஜிக் நிபுணரா?

- எட்டாத ஒரு சொல்
  எட்டிப் பிடித்து
  தோரணமாக்குகிறார்

- அவர் கவிதைக்கு
  Appeal கிடையாது

- அவர் கதையில் வருபவர்கள்
  பெண்களா?
  பிசாசுகள்

- மோகத்தைக் கொன்று
  முத்தெடுக்கிறார்
  யாருக்குக் கை கூடுகிறது?

- அம்பாள் முன் நிற்கிறார்
  பேச்சு வரவில்லை
  கண்ணில் தாரை தாரையாய்
  நீர் மட்டும்

- அவர்
  சுகவாசியா?
  சுமை தாங்கியா?

- சத்தியம்
  சிவம்
  சுந்தரம்
  மூன்றும் சங்கமிக்கும்
  'பாற்கடல்'

- 'ப்ரியமுள்ள ஸ்நேகிதனுக்கு'
  எழுதிய கடிதம்
  நெருப்பில் எரிகிறது

- படிமமா
  உவமையா அறியேன்
  பாடுவதே என் கடன் என்கிறார்

- இயற்கை கானகத்தில்
  வர்ணனை வேட்டை

- உயிர் பெண்டுலம்
  உடல் முள்ளை
  சுழற்றுகிறது

- தாயுமானவர் அவர்

- கண்கட்டு வித்தை
  கேள்விப்பட்டிருக்கிறோம்
  நடத்திக் காட்டுகிறார்

- எழுத்துக் குவியலின்
  தலை சீவி
  கதை படைக்கிறார்

- அவர் எழுத்து
  காற் சிலம்பின் பரல்களா?
  அம்மாளுக்குப் படையலாகும்
  மாதுளை முத்துக்களா?

- லா.ச.ரா வை
  இரண்டாம் முறை படிக்கத்
  திராணி வேண்டும்
  முதல் முறை பரவசத்தின் உச்சத்தை
  இழக்க
  யார் விரும்புவார்?

- நமக்கெல்லாம்
  வாழ்க்கை குறித்த மயக்கம்
  லா.ச.ராவுக்கோ
  வாழ்க்கையே மயக்கம்

- அவர் எழுத எழுத
  எழுத்து
  ஆவியாகிக் கொண்டிருக்கிறது

- ஒரு பக்கம்
  'கொட்டுமேளம்'

மற்றொரு பக்கம்
மகுடி வாசிப்பு
மனுஷனா அவர்?

- அபிதா, புத்ர, ஜனனி, கணுக்கள்,
  தாயகம், த்வனி, புற்று
  ஒற்றை வார்த்தையில்
  உலக காவியம்

- மரத்தில் மறைந்தது
  மாமத யானை
  அது சரி
  கல் ஏன் சிரிக்கிறது?

- எழுத்தா அது?
  அள்ளிக் கொட்டிய
  அருவியின் ஆர்ப்பரிப்பு

- லா.ச.ரா வின்
  உலகம்
  குறுகியது என ஒரு
  குற்றச் சாட்டுண்டு
  சுடரின் தகிப்பே
  தாங்க முடியவில்லை
  கொழுந்து விட்டெரிந்தால்
  என்னவாகும்?

- உள்ளங்கையில்
  துள்ளிக் குதிக்கும்
  ஐஸ் கட்டியின்
  சிலி(ர்)ப்பாய்
  அவரெழுத்து

- லா.ச.ரா
  தீவிரவாதி

- என்னவோ நினைத்தேன்
  கருணாநிதியை
  லா.ச.ரா வின் படைப்பை
  நாட்டுடமையாக்கி
  பெருமை சேர்த்துவிட்டார் தமிழுக்கு

- வெட்ட வெட்டத்
  துளிர்கிறது
  லா.ச.ரா வின் கிளை

- ‘கணுக்களில்’
  கை போனது
  கனவின் குரூரம்

- ‘அபூர்வராகம்’ பாடுகிறார்

- ’தரிசனம்’ என்கிறார்
  புரிந்தவன் பிஸ்தா

- அவர் எழுத்துக்கு
  அவரே ராஜா
  கொடுப்பினை இருந்தால்
  நமக்குக் கொஞ்சம்

- ஜெயகாந்தன்
  எல்லாப் பாத்திரங்களையும்
  பாத்திரங்களாக மாற்றிவிடுகிறார்

லா.ச.ராவோ
எல்லாப் பாத்திரங்களையும்
லா.ச.ரா வாக மற்றிவிடுகிறார்

- இசை, சமையல், புராணம்,
  குடும்பம், பெண்கள் என
  ராஜபாட்டையில்
  அவர் எழுத்து

- எல்லா வார்த்தைகளுக்கும்
  தானே பொறுப்பேற்றுக்கொள்கிறார்
  லா.ச.ரா
  யார் இப்படிச் செய்வார்?

- ஜென் புதிரா
  அவர் எழுத்து?

- நா.முத்துகுமார்
  லா.ச.ராவுக்கு என்ன உறவு?
  காஞ்சிபுரம் கதை சொல்லும்

- கையில் வழ வழா
  தரையில் நெளிந்தோடும்
  புடலை

- ஆறாவது பூதமாய்
  அவர் எழுத்து

- எழுத்தின் தொப்புள் கொடி உறவை
  எங்கிருந்து பெற்றார் அவர்?

- நினைவே சலிப்பு
  சலிப்பே உயிர்ப்பு

- வார்த்தையில்
  இசைக் கோர்வை
  ஓவியத்தின் மெய் தீற்றல்

- ஜெயகாந்தன்
  வாசகனை
  சாட்டையால் அடித்து
  துன்புறுத்துகிறார்
  லா.ச.ராவிடம்
  அந்த வேலையெல்லாம் இல்லை
  டாமாலென
  தலையில் தூக்கிப் போட்டுவிட்டு
  போய்க் கொண்டிருப்பார்

- லா.ச.ராவுக்குப் பின்
  "பச்சைக் கனவை' கண்டவர் யார்?

- எண்ணெய் தேய்த்துப் பூசி
  பின்னிக் கட்டிய
  கூந்தலின் கச்சிதமாய்
  ஒவ்வொரு வரியும்

- ஆதி சங்கரரின்
  ஆசிர்வாதம் பெற்று
  செள்ந்தர்ய லகரி பாடுகிறார்

- ரஷ்ய கோதுமை
  உலகமெங்கும்
  ஏற்றுமதியாகலாம்
  லால்குடி மண்ணின்
  பிஞ்சுக் கத்தரிக்கும்
  தனிமணம் உண்டல்லவா?

- தமிழ்
  சமஸ்கிருதம்
  ஆங்கிலம் கலந்து
  ஏதோ ஒரு பொடி செய்கிறார்
  ஊருக்கே வீசுகிறது மணம்

- லா.ச.ராவின்
  மறைவுக்குப் பின்
  அவர் எழுதியதெல்லாம்
  கரைந்து கண்ணீராகிவிட்டது

- இரவின் திடுக்கிடலில்
  ஒரு கனவு
  'லா.ச.ரா இங்கில்லையா?'

- சமையலையே
  ரசித்து ருசித்தவர்
  வாழ்க்கையை
  ருசித்திருக்க மாட்டாரா என்ன?

- மோகத்தைக்
  கொன்றுவிடு
  அல்லால் என் மூச்சை நிறுத்தி விடு என்று
  பராசக்தியைப்

பார்த்துப் பாடுகிறார் பாரதி
மோகத்தை அம்பாளின் மேல் ஏற்றிவிட்டு
கண்ணீருடன் நிற்கிறார் நம்மவர்

- அவர் தொட்ட
  பெண்களெல்லாம்
  தெய்வமாகிவிட்டனர்

- வழுக்கு மரம்
  சறுக்குப் பாறை
  என்றாலும்
  கட்டியதென்னவோ
  இரும்புக் கோட்டை

- லா.ச.ரா இல்லை
  சரிகிறது வனம்

- 'தாஷாயணி'
  குரலே ஒரு பாடல்

- அவரே
  மனசு வைத்தாலேயொழிய
  அவரை நாம்
  முடிக்க முடியாது

- லா.ச. ரா
  அந்தக் காலத்து ஆளென்பார்கள்
  அதனாலென்ன?
  பொன்னுக்கு வயசுண்டா?

- கட்டவிழ்த்து விட்ட கன்றுக்குட்டி
  தாய் மடி தேடி ஓடுகிறது

- 'அம்மா'
  என்னொரு குரல்
  ஆகாயம் வியாபிக்க

- லா.ச.ரா என்கிற
  எழுத்தாளரை விட
  லா.ச.ரா என்கிற மனிதர்
  பல மடங்கு உயர்ந்தவர்
  என்கிறார் திருப்பூர் கிருஷ்ணன்
  பெரியோரைப் போற்றுவோம்

- அவரருளாலே
  அவர் தாள் வணங்கி

- இன்றைய கவிஞர்கள்
  உடல் மொழி என்கிறார்கள்
  லா.ச.ரா விடம் அவர்கள்
  உயிர் மொழி பழகவேண்டும்

- உத்தி என்று எதுவுமில்லை
  சத்தியம் பேசும் போது
  எது வருகிறதோ
  அதுவே உத்தி

- அடுத்தவன்
  மனைவியிடம் உரையாடும் போது
  அம்பாளை
  சாட்சியாக வைத்துக் கொள்கிறார்

- தூரத்தில் தெரிகிறார் லா.ச.ரா
  நெருங்கிப் போய் பார்ப்பது
  அவரவர் சாமர்த்தியம்

- லா.ச.ரா வின் மொழித்திறனை
  வெளிக்காட்டும்
  ஒரேயொரு சொல் எது என்று
  அறிஞர்களுக்குள் விவாதம் நடந்தது
  கடைசியில் அவர்கள் தேர்ந்தெடுத்த சொல்
  'அம்மா'

- மந்திர உச்சாடனம் என்கிறோம்
  சொல்லே
  அவர் மந்திரம்

- ஜெயகாந்தனை விட
  18 வயது மூத்தவர்
  ஜெயகாந்தனை ஆசிர்வதிக்க
  அத்தனை தகுதியும் பெற்றவர்

- அவர் எழுத்தையெல்லாம்
  புறந்தள்ளி விட்டாலும்
  அங்கும் ஒரு இசை இருக்கிறது

- அவர் ஒன்றைப் பார்க்கிறார்
  அதை
  நீங்களும் பார்க்க வேண்டுமென்று
  எதிர்பார்க்கிறார்

- எப்படிப் பார்த்தாலும்
  ஆச்சர்யமான கணங்களை
  உருவாக்கிய மனிதரல்லவா அவர்

- விதை நெல்லை
  வீசியெறிகிறார்
  ஆகாயத்தில் அவை
  பூக்களாகிவிடுகின்றன

- வாகனத்தின்
  அச்சு முறியும் வரை
  எழுதுவார்

- அவர் வாழும் போது
  அவரைத் தொட்டுப்பார்க்காத
  என் கைகள்
  இன்று விரல்களாக மட்டுமே உள்ளன

- அவர் எழுதாத
  அவரால் எழுத முடியாத
  எழுத்தில்
  எது இருந்திருக்கும்
  என்பதைக் கண்டுபிடிப்பதில்
  சிரமமேதுமில்லை

- வாசகன் சிறுபிள்ளை
  விளையாட்டு காட்டிக் கொண்டே
  கசப்பு மருந்து புகட்டி விடுவார்

- தனக்காக
  யாகம் வளர்ப்போர் மத்தியில்

தன்னையே
யாக குண்டத்தில்
சமர்ப்பிக்கிறார்

- வீணையை
  விறகாக்குவார்
  விறகின் சாம்பலில்
  இசை மீட்டுவார்

- ஒரு மாதிரி எழுதுகிறார் அவர்

- பாலருந்திய குழந்தையின்
  கடைவாயிலிருந்து
  ஒரு சொட்டுத் தெறிப்பு

- லா.ச.ரா வைப் படித்தவன்
  நிறைவடைந்து விடுவான்

- தொட்டி மீனல்ல அவர்
  நீலத் திமிங்கலம்

- அடிப் பெண்ணே
  லா.ச.ரா கதையென்று
  எங்கே கிளம்பிவிட்டாய்?

- வானத்தைப் பார்க்கிறார்
  எல்லா நிலவும்
  உதிர்ந்து விட்டாற்போல்
  ஓர் நினைவு அவருக்கு

- லா.ச.ரா வைப்
  படிக்கவாவது ஒருவன்
  தமிழ் கற்றாக வேண்டும்

- எல்லா விளக்கும்
  குத்து விளக்காகி விட முடியுமா என்ன?

- எழுதித் தீர்த்துவிட முடியாது அவரை

- வயோதிகத்தின் தளர்வில்
  நடையின் கூனலில்
  தலைமுடியின் வெளுப்பில்
  கண்பார்வையின் மங்கலில்
  ஒரு சுடர்

- எப்படிப் பார்த்தாலும்
  அபூர்வமான தருணங்களை
  உருவாக்கிய
  அபூர்வ மனிதரல்லவா அவர்

- அவர் கதைகள்
  ஒவ்வொன்றும்
  குண்டு அப்பளம்

- லா.ச.ரா கதைகள்
  பெண்களுக்கு மிகவும் பிடிக்கும்
  ஆண்கள்
  பரதேசியாய் திரிய
  விழைபவர்கள் தானே?

- இலக்கணம் மீறாதவர் லா.ச.ரா
  அவர் இலக்கியமே
  இதற்கு சாட்சி

- அழகை
  அழகென்று
  சொல்வதற்கு
  ஒரு ஆள் இருந்தால்
  அது இன்னும் அழகாகிறது

- ஒரு ஆறு
  லா.ச.ரா அதில்
  மூழ்கியே விட்டார்
  நாமோ
  காலை நனைப்பதற்கு
  கூச்சப்பட்டு நிற்கிறோம்

- பொங்கிப் பெருகிய
  நன்றியுணர்வால்
  தன் வாழ்வை
  நிறைவு செய்கிறார்

- வாசகனுக்கு
  அவர்
  முன்றெழுத்து மூச்சு

- எலி வேட்டையெல்லாம்
  சரிப் படாது
  புலி வேட்டையென்றால்
  வருகிறேன் என்பார்
  இவரை என்ன செய்வது?

- விட்ட குறை
  தொட்ட குறை என்று
  எதுவுமில்லை அவர் எழுத்தில்

- இடி, மின்னல், புயல், மழை
  எல்லாம்
  இன்றளவுமிருக்கத்தான் செய்கின்றன
  சற்றே ஓய்வெடுக்கும் அவரை
  என்ன செய்துவிட முடியும் அவற்றால்?

- அவர் மூளைக்கும்
  எழுதும் கைக்குமிடையே
  நீண்ட ஒரு சர்ப்பம்
  எழுத்துப் புதரில் மறைந்ததா?

- சீரான வித்தை
  அவரிடம்

- அவர் அதிகப்படியாக
  எழுதிய ஒவ்வொரு சொல்லும்
  ஏற்கனவே எழுதிய சொல்லுடன்
  சேர்ந்துவிட்டது

- நிறைவான வாழ்க்கை
  வாழ்ந்தார் என்கிறார்கள்
  எது நிறைவு?
  யாருக்கு நிறைவு

- வாழ்க்கையை
  இரண்டாகப் பிரிக்கிறார்

ஒன்று எழுத்துக்கு
இன்னொன்று
வாழ்க்கையிலுள்ள எழுத்துக்கு

- நோபல் பரிசா?
  அதெல்லாம் வேண்டாம்
  அம்பாள் அனுக்கிரகம் போதுமென்கிறார்

- எல்லோரும்
  எழுதியதைத்தான்
  லா.ச.ரா எழுதினார்
  ஆனால்
  என்னமாய் எழுதினார்

- அவர் எழுதியதை
  'பொன் காப்பியம்' எனலாமா?

- அவர் எழுத்தில்
  பிராண வாடை

- லா.ச.ரா புரியவில்லை
  என்கிறார்கள்
  புரியவில்லை என்றால் புரியவில்லைதான்
  அதற்காக
  அவர் மீது பழி சுமத்துவது
  எந்த ஊர் நியாயம்?

- தப்புத் தப்பாய்
  வாழ்ந்தவர்க்கு மத்தியில்
  தப்பாமல் வாழ்ந்தவர் அவர்

- அவருடைய அதிகபட்ச
  தத்துவார்த்தமான மற்றும்
  நகைச்சுவையான வரிகள் இவை
  'நான் இருக்கிறேன்'
  நீ இன்னுமா இருந்து கொண்டிருக்கிறாய்?
  என்ற தோரணையில் ஒரு கடிதம்
  அம்பியிடமிருந்து

- கையை
  கரும்பெனக் கண்டார்
  'கணுக்கள்' பிறந்தன

- அவரிடமிருந்து
  அழகியல் குரூரமா?
  குரூர அழகியலா?

- அவரே அனுமதித்தாலன்றி
  அவரை என்னால்
  முடிக்க முடியாது

- 'தீபத்தில் எழுதினார்' என்கிறார்கள்
  சரிதான்

- எதையோ மறந்துவிட்டு
  தேடுவது போல்
  ரொம்ப நேரமாக
  தேடிக்கொண்டிருக்கிறார்

- பசி வேறு
  ருசி வேறு அல்ல அவருக்கு

- எந்தக் கணத்தில்
  கதையெழுத வேண்டுமோ
  அந்தக் கணத்தை
  சற்று முன்னதாகவே
  உருவாக்கிக் கொள்கிறார்

- அவரே
  அவருக்கு
  இல்லாமல் போனது
  எங்ஙனம்?

- இன்றைய மாடிக்குத்தான்
  எத்தனை படிகள்
  என்றெழுதுகிறார்

- அரூப நிலையில்
  எங்கெல்லாம்
  இருக்கிறார் லா.ச.ரா?

- பாம்பு
  புசு புசுவென
  மூச்சு விடுவதைப் போல்
  அவர் எழுத்தின் சுவாசம்

- Weird என்கிறார்கள்
  அதிலாவது பொருந்துமா
  அவர் எழுத்து?

- ஏனைய இலக்கியவாதிகள்
  குளித்துக் கரையேற
  அவரோ
  முத்தெடுக்க
  ஆழ்கடலுக்குச் சென்று வருகிறார்

- விருது என்ன விருது?
  கொடுப்பவர் வேண்டுமானால்
  பெருமைப் பட்டுக் கொள்ளலாம்

- தத்துவ குதிரை
  திசை பிரண்டு ஓடுகிறது
  அதை
  தன் வயப்படுத்துகிறார்

- நான் சொன்னால்
  யார் கேட்பார் என்ற ஞானத்தை
  வயோதிகத்தின் வாசலில்
  கண்டு கொண்டார்

- சம கால எழுத்தாளர்களை
  பாராட்ட மாட்டார்
  திட்டவும் மாட்டார்
  ஒரு சிரிப்போடு கடந்து விடுவார்

- பாரதிக்குப் பிறகு
  மொழியை
  வேறு ரூபத்தில்
  பயன்படுத்துகிறார்

- Climax எதுமில்லை
  அவர் கதைகளில்
  தர்க்கம்
  தத்துவம்
  தரிசனம்

- 'மாமியாருக்குப் பிள்ளைபோனதும்
  தனக்கு புருஷன் போனதும்
  ஒன்றா' என்கிறாள்
  பகவானே
  எத்தனை தலைமுறைகளின் கேள்வி இது?

- லா.ச.ரா வின்
  பெண்கள்
  உங்களை
  பித்துப் பிடிக்கச் செய்துவிடுவார்கள்

- லா.ச.ரா வின் எழுத்தில்
  சௌகர்யம் இருக்கிறது

- 91 வருடங்களாக
  அவரை அவரே
  சுமந்து கொண்டு திரிந்தார்

- புராண இதிகாசம்
  படித்தாயிற்று
  புண்ணியம் தேடிக் கொண்டாயிற்று
  புறப்படத் தயாராகிவிட்டார்

- தருமனாவது
  துரியோதனனாவது
  நாடு
  காடு
  எல்லாம் ஜிகு ஜிகு
  எல்லாம் பள பளா

- கை கூப்பி
  வணங்கி நிற்கிறேன்
  விஸ்வ ரூப தரிசனம் அவர்

- போற்றுவோம்
  போற்றுவோம்
  இன்னும் போற்றுவோம்

- நீர் வாழ்ந்த காலத்தில்
  யாமும் வாழ்ந்தோமென
  நிறைவு கண்டோம்
  வாழி
  வாழி
  வாழி